अध्याय
१०,११

# दर्शन गीता

## महानता योग आणि विश्वरूपदर्शन रहस्य

**Personal Diary of Arjun**

# दर्शन गीता

महानता योग आणि विश्वरूपदर्शन रहस्य

Darshan Gita

Mahanta Yog Aani Vishwaroopdarshan Rahasya

By **Sirshree** Tejparkhi

प्रकाशक : वॉव पब्लिशिंग्ज् प्रा. लि., पुणे

प्रथम आवृत्ती : जून २०१९

**ISBN : 978-93-87696-85-3**



---

'दर्शन गीता' या मूळ हिंदी पुस्तकाचा मराठी अनुवाद

हे पुस्तक समर्पित आहे,
स्वानुभवात स्थित असलेल्या संजयला,
ज्यांनी महाभारताचं प्रत्यक्ष समालोचन
धृतराष्ट्रासमोर प्रस्तुत केलं.
शिवाय, स्वानुभवात स्थिर राहूनच
आपली दैनंदिन कर्तव्यकर्मं पार कशी
पाडायची, याची शिकवण दिली.

## प्रस्तावना

# हम् ब्रह्मास्मी

या संपूर्ण जगात तुझ्यासारखा अन्य विलक्षण कोणीही नसेल
कदाचित माझ्या ओठांवरचे हे शब्द, मनातील गुपित असू शकेल.
लाखो अनुभव येई-जाई, त्यांची प्रचिती दिसे मला क्षणोक्षणी
मात्र ही अद्‌भुत अलौकिक, अनुभूति केवळ यासम हीच असेल...

**अ**से असतील आजच्या अर्जुनाच्या हृदयातून उमटलेले भावपूर्ण शब्द! जेव्हा भगवान श्रीकृष्णांच्या विराट विश्वरूपाचं दर्शन त्याला घडलं होतं. आपल्यालाही या विश्वरूपाचं दर्शन घ्यायची उत्कट इच्छा आहे का? या प्रश्नाचं उत्तर जर होय असं असेल, तर प्रथम त्यासाठी अर्जुनासारखी पात्रता स्वतःमध्ये निर्माण करावी लागेल.

या जगात तीन प्रकारचे लोक असतात. एक- जे गीतेतील ज्ञानामृत जीवनात प्रत्यक्षात उतरवू इच्छितात, त्यासाठी ते गीतेतील विविध श्लोकांचा अभ्यास करतात. दुसऱ्या प्रकारचे असे लोक असतात, जे 'हे ज्ञान आपल्यासाठी नाही. श्रीकृष्णांनी अर्जुनाला आपल्या विराट विश्वरूपाचं दर्शन घडवलं; पण त्यामुळे आपल्याला काय लाभ होणार आहे? हे ज्ञान तर, ज्यांना अध्यात्मात प्रगती करायची आहे, त्यांच्यासाठी ठीक आहे. आपल्याला त्याचं काय?' असा विचार

करतात आणि तिसऱ्या प्रकारचे लोक असे असतात, ज्यांना गीता, त्यातील ज्ञान याच्याशी काहीही देणं-घेणं नसतं, त्यांना मुळातच याची आवड नसते.

हे पुस्तक तीनही प्रकारच्या लोकांसाठी ज्ञानदायी ठरू शकतं. पहिल्या प्रकारच्या लोकांमध्ये (के-३) हे अर्जुनासारखी सिद्धता निर्माण करू शकतं. दुसऱ्या प्रकारच्या लोकांमध्ये असलेल्या गैरसमजांना छेद देऊन, गीतेतील ज्ञान हे अखिल मानवजातीकरिता अत्यावश्यक का आहे? याची जाणीव त्यांच्यात निर्माण करू शकतं आणि तिसऱ्या प्रकारचे लोक, जे मायेत गुरफटलेले आहेत, त्यांच्यात सत्याची तृष्णा जागवू शकतं. कसं? ते पुढे जाणून घेऊ या.

गीतेतील ज्ञान हे तीन प्रकारे आत्मसात करता येऊ शकतं- वाचन... श्रवण... आणि प्रवचन. चला तर, हे ज्ञान कसं वाचावं, ऐकावं आणि सांगावं, ते आता योग्य प्रकारे जाणून घेऊ या.

**कसं वाचाल** : काही लोकांना पुस्तक मधूनच कुठूनतरी वाचायची सवय जडलेली असते. म्हणजे पुस्तक उघडायचं आणि जे पान दिसेल, त्या पानापासूनच सुरुवात करायची. तर काही लोक शेवटच्या पानावर काय लिहिलंय, हे आधी पाहतात, त्यांना आधी शेवट जाणून घेण्याची इच्छा असते. कोणी प्रस्तावनेपासून सुरुवात करतं, तर कोणी प्रस्तावना वगळून. परंतु भगवद्गीता वाचताना या सर्व सवयी सोडून द्याव्या लागतील. तुम्ही जेव्हा कधी गीता वाचाल, तेव्हा किमान याचं आकलन होणं, हे अत्यंत गरजेचं आहे. मधूनच वाचल्याने लिहिलेल्या गोष्टींचा संदर्भ लागणार नाही. मग मनुष्य आपल्या मनानेच काहीतरी अंदाज लावून अर्थाचा अनर्थ करून बसेल. भलतेच तर्क करून स्वतःचंच नुकसान करून घेईल. ही निखळलेली कडी योग्यप्रकारे लक्षात घेतली, तरच आपण गीतेचे सर्व अध्याय योग्यप्रकारे ग्रहण करू शकाल.

**कसं ऐकाल** : आपण जेव्हा गुरुमुखातून गीतेचं श्रवण कराल, तेव्हा आपलं व्यक्तिगत मन, अर्थात धृतराष्ट्राला बाजूला ठेवून, आध्यात्मिक मन म्हणजेच संजयला ते ऐकू द्यावं. अन्यथा आपण आजवर जे काही ऐकलंय, त्याआधारे आपलं व्यक्तिगत मन गुरुवाणीची तुलना करू लागतं, तिला पारखू लागतं. परिणामी खऱ्या अर्थाने ते ज्ञान ग्रहण केलं जात नाही. त्यातील काही दुवे

निसटतात. म्हणून गुरूद्वारे मिळणारं ज्ञान शुद्ध स्वरूपात ग्रहण करू शकणं, हीच खरंतर अर्जुन बनण्याची पूर्वतयारी आहे.

**कसं सांगाल** : जे लोक धार्मिक ग्रंथांचं वाचन करतात, ते आपला एक स्वतंत्र संघ बनवून आणि त्यातच वाचलेल्या गोष्टींवर चर्चा, विचार-विनिमय करत राहतात, बहुधा सर्वत्र असंच पाहण्यात येतं. परंतु कित्येक लोक आपला स्वार्थ साधण्यासाठी याचा गैरफायदा घेतात. आपले स्वार्थी विचार योग्य असल्याचं सिद्ध करण्यासाठी ते काही श्लोकांचा आश्रय घेतात, त्यांचा संदर्भ देतात. काही लोक आपल्या धर्माची श्रेष्ठता सिद्ध करण्यासाठी अशा श्लोकांचे अर्थ त्यांच्या मनाप्रमाणे उलट-सुलट करून त्यांचं सादरीकरण करतात. म्हणून अशा लोकांपासून आपण सावध राहायला हवं. आपल्याला जर आपल्या संघात आपलं मत प्रदर्शन करण्याची इच्छा असेल, तर त्यासाठी आधी प्रामाणिकपणे वाचन करावं लागेल. शिवाय कोणाचंही नुकसान होणार नाही, कोणाच्या भावना दुखावणार नाहीत याची दक्षता घ्यावी लागेल.

या पुस्तकात भगवद्‌गीतेच्या दहाव्या आणि अकराव्या अध्यायाविषयी विवेचन करण्यात आलं आहे. आज जगभरात गीतेचं अध्ययन करणारे लाखो लोक आढळतील; पण बहुतांश लोकांना याचा योग्य अर्थ समजलेला नसतो. विशेष करून दहावा आणि अकरावा अध्याय! दहावा अध्याय 'विभूतियोग' आहे, ज्यात ईश्वराची अभिव्यक्ती आणि योगशक्तीचं वर्णन करण्यात आलं आहे. आधीचे अध्याय वाचल्याशिवायच जर कोणी थेट दहावा अध्याय वाचू लागला, तर कदाचित तो भ्रमित होऊ शकतो. जसं- यात श्रीकृष्ण म्हणतात, 'सर्व धनुर्धरांमध्ये श्रेष्ठ असा श्रीराम मी आहे... सर्व मुनिगणांमध्ये श्रेष्ठ वेदव्यास मी आहे... सर्व दैत्यगणांमध्ये सर्वोत्तम प्रल्हाद मी आहे... नद्यांमध्ये सर्वाधिक पवित्र अशी गंगा मी आहे... जलचरांमध्ये मगर मी आहे... पाडवांमध्ये अर्जुन मी आहे... वैष्णव कुळात वासुदेव मी आहे... जंगलात सिंह मी आहे... गजकुळात ऐरावत मी आहे... गायींमध्ये कामधेनू मी आहे... वृक्षांमध्ये पिंपळ मी आहे... सर्पांमध्ये वासुकी सर्प मी आहे... नागांमध्ये शेषनाग मी आहे... ऋतूंमध्ये वसंत ऋतू मी आहे... पक्ष्यांमध्ये गरुड मी आहे... शारीरिक अवयवांमध्ये हृदयस्थान मी आहे... सर्वांवर अधिराज्य गाजवणारा यमराज मी आहे... सर्व जीवमात्रांना

ज्याचं भय वाटतं, तो मृत्यू म्हणजे मी आहे... सकल ज्ञानाचा सम्राट विज्ञानासहित ज्ञान, गोपनीय (गूढ) ज्ञान (तेजज्ञान) मी आहे...' असं सांगून शेवटी ते म्हणतात, 'ही संपूर्ण चराचर सृष्टी म्हणजे माझ्या तेजाच्या केवळ एका अंशाची अभिव्यक्ती आहे...'

आता जर कोणी मधूनच गीता वाचायला सुरुवात केली असेल, तर हे सर्व वाचून तो म्हणेल, 'हा काय मानभावीपणा आहे! हे स्वतःला समजतात तरी कोण आणि हे वाचून मला काय लाभ होणार आहे?' पण इथे श्रीकृष्ण 'मी' असं कोणाला म्हणत आहेत, कोणत्या समजेने ते असं म्हणत आहेत, याच्याशी त्याला काहीही घेणं-देणं नसतं. भगवान श्रीकृष्णांद्वारे केला गेलेला उद्घोष 'हम् ब्रह्मास्मी'देखील अशा लोकांना समजू शकत नाही.

अशा प्रकारे लोक चुकीच्या धारणांमध्ये गुंतून स्वतःचंच नुकसान करून घेतात. मात्र त्यांना हे समजतच नाही, की श्रीकृष्ण त्यांना नव्हे, तर अर्जुनाला उपदेश करत आहेत आणि तोदेखील टप्प्या-टप्प्याने. पण त्यासाठी आधी अर्जुनाकडून तयारी करून घेतली गेली, त्यानंतरच त्याला सर्वोच्च ज्ञान प्रदान करण्यात आलं. परंतु लोकांचा असा गैरसमज होतो, की श्रीकृष्ण स्वतःविषयी सांगत आहेत... ते स्वतःची प्रशंसा करत आहेत. वास्तविक ते स्वतःविषयी नाही, तर प्रत्येकाच्या अंतरंगात जो अनुभव (कृष्ण) आहे... आपल्या असण्याची अनुभूती आहे, तिच्याविषयी ते सांगत आहेत. अशा प्रकारे मनुष्याकडून किती मोठी चूक घडते. म्हणूनच येथे आपल्याला अहम् ब्रह्मास्मीऐवजी 'हम् ब्रह्मास्मी' असं सांगितलं गेलं आहे. इथे हम् परब्रह्म, परमात्मा, परमेश्वरस्वरूप आहे. कारण 'मी ब्रह्म आहे'मधला 'मी' कधी इकडून तिकडे भरकटला जाईल, अहंकार जागृत होईल, सांगता येत नाही.

तेजज्ञानाच्या प्रकाशात भगवद्गीतेतील आधीच्या अध्यायांवर आधारित जी पुस्तकं प्रकाशित झालेली आहेत, त्यांद्वारे आपणाकडून पूर्वतयारी करून घेतली गेली आहे. अर्जुनासारखी ग्रहणशीलता निर्माण करून आपल्यात कृष्णावस्थेची अनुभूती घडविण्याचा प्रयत्न केला गेला आहे. म्हणून हे पुस्तक वाचण्यापूर्वी आधीच्या अध्यायांचं वाचन अवश्य करा आणि अर्जुनावस्था प्राप्त करून पुढील

मार्गक्रमण करा. तरच गीतेतील श्लोक हे आपल्यासाठी असतील, अन्यथा तो केवळ कृष्णार्जुन संवाद असेल. आधीच्या अध्यायांत श्रीकृष्णांनी अर्जुनाच्या मनावरील धूळ झटकली, त्याचं चित्त शांत केलं, त्याच्यात दोषदृष्टिरहित भक्तिभाव जागृत केला, मगच त्याला पुढच्या गोष्टी सांगितल्या.

दहाव्या अध्यायात श्रीकृष्णांनी अर्जुनाला स्वतःच 'श्रीकृष्ण कोण आहे' याचं ज्ञान दिलं. अकराव्या अध्यायात जेव्हा अर्जुनाचं अज्ञान नष्ट होऊ लागलं, तेव्हा श्रीकृष्णाने त्याला आपलं विराट विश्वरूप दाखवलं आणि 'हम् ब्रह्मास्मी'ची युक्ती शिकवली.

श्रीकृष्णाच्या विराट स्वरूपाविषयी आपण सर्वांनीच हे ऐकलं आहे. श्रीकृष्णाचा आकार कसा आश्चर्यकारकरीत्या वाढू लागला, मग कसं त्यात अर्जुनाला संपूर्ण विश्वाचं (सकल सृष्टीचं) दर्शन होऊ लागलं. त्या आकाराला असंख्य शिर, बाहू, उदर, नेत्र, मुख आदी अवयव जोडलेले होते. त्यांच्या बाहूंमध्ये निरनिराळी शस्त्रास्त्रं दिसत होती. गळ्यात असंख्य जडजवाहिऱ्यांनी जडवलेली आभूषणं होती. आणखीही खूप काही दिसत होतं... **वास्तविक विराट स्वरूप ही काही बाह्यदृष्ट्या दाखवण्याची गोष्ट नव्हे, ती तर ध्यानावस्थेत दर्शनाची गोष्ट आहे. गीतेतील विराट स्वरूपाचं सर्व वर्णन हे बाह्यदृष्ट्या अधोरेखित केलं गेलं आहे. परंतु हा संपूर्ण अध्याय म्हणजे खरंतर आंतरिक समाधीचाच अनुभव आहे.**

श्रीकृष्णांनी आत्मस्वरूपाविषयी सांगितल्यानंतर अर्जुनाकडून ध्यान करून घेतलं आणि त्याला स्वतःच सूचना दिल्या- 'आपल्या विचारांकडे पाहा... श्वासांकडे पाहा... श्वासाची गणती कर.. आणखी खोलवर... आणखी दीर्घ श्वास घे...' अशा अर्जुनाला सूचना केल्या. मग श्रीकृष्ण अर्जुनाला म्हणाले, 'चल, आता तू आपलं खरं स्वरूप बघ.' परंतु अशा गोष्टी पुस्तकाद्वारे कशा समजावता येतील, म्हणूनच मग बाह्यरूपाचा आश्रय घेतला गेला.

**अर्जुनाद्वारे विराट स्वरूपाचं वर्णन करणं म्हणजेच ध्यानावस्थेत त्याला मिळालेल्या अनुभवाचं (अनुभूतीचं) शब्दांद्वारे केलेलं कथन होय. ही अर्जुनाची खासगी नोंदवही (डायरी) आहे.** आपल्याला ठाऊकच असेल,

की लोक आपले वैयक्तिक अनुभव, भावना खासगी नोंदवहीत लिहून ठेवतात. ही आपली खासगी नोंदवहीच अर्जुनाने लोकांसमोर उघड केली आणि लोकही आज केवळ त्याचे शब्दच धरून बसले आहेत. 'ईश्वर असा असा असतो.' आपल्याकडून होणारी ही चूक, हा निखळलेला दुवा लक्षात घ्या. अर्जुनाने आपल्याला मिळालेल्या अनुभूतीचं सविस्तर वर्णन तर केलं, परंतु त्याचं दिशादर्शन मात्र केलं नाही. लोकांनी मात्र अर्जुनाच्या या वर्णनालाच त्याचं दिशादर्शन मानलं. त्याने वर्णन केलेल्या स्वरूपालाच ईश्वराचं रूप मानलं आणि आता त्याच रूपाची चर्चा सर्वत्र होते, सगळीकडे त्याच रूपाची चित्रं रेखाटली जातात, त्यांचीच पूजा होते. मूळ गाभ्यापर्यंत पोहोचणं कुणाला जमलंच नाही, ते केवळ कर्मकांड होऊन बसलं. म्हणूनच तर लोक या अध्यायाचा लाभ घेऊ शकत नाहीत. जे लोक आपल्या अंतरंगातच विश्वरूपाचं दर्शन करू शकतील, याचं सखोल ध्यान करू शकतील, केवळ असेच लोक याचा लाभ घेऊ शकतील. मग स्वानुभवाच्या अवस्थेत पोहोचल्यानंतर ते जे वर्णन करतील, तोच असेल कृष्ण! प्रत्येक जण आपापला स्वभाव, आकलन आणि स्मृतींनुसार वर्णन करत असतो. त्यामुळे आपलंही वर्णन इतरांहून काहीसं वेगळं असू शकेल पण तोच असेल आपला कृष्ण, आपलं कृष्णस्वरूप!

आता या दृष्टिकोनातून जेव्हा हे पुस्तक आपण वाचाल, तेव्हा म्हणाल, "ओ माय गॉड, अरे देवा! आम्ही तर भगवद्गीता केवळ वरवरच समजून घेतली होती. पण आता कुठे सुटलेला दुवा लक्षात आलाय, अन्यथा गीतेचा खरा अर्थ आम्हाला कधी समजूच शकला नसता. आता यापुढे आपणदेखील या नव्या दृष्टिकोनातूनच रोज ध्यान करायचं आहे."

चला तर मग, ईश्वराच्या (सेल्फच्या) विभूतींचं, तसंच त्याच्या विराट स्वरूपाचं अनुभूतीद्वारे दर्शन घेण्यासाठी वाचता वाचताच ध्यानमग्न होऊन जाऊ या... **'हम् ब्रह्मास्मी'त स्थापित होऊन जाऊ या...!**

**...सरश्री**

# अध्याय १०

# विभूतियोग

## महानता योग

# || अध्याय १० - सूची ||

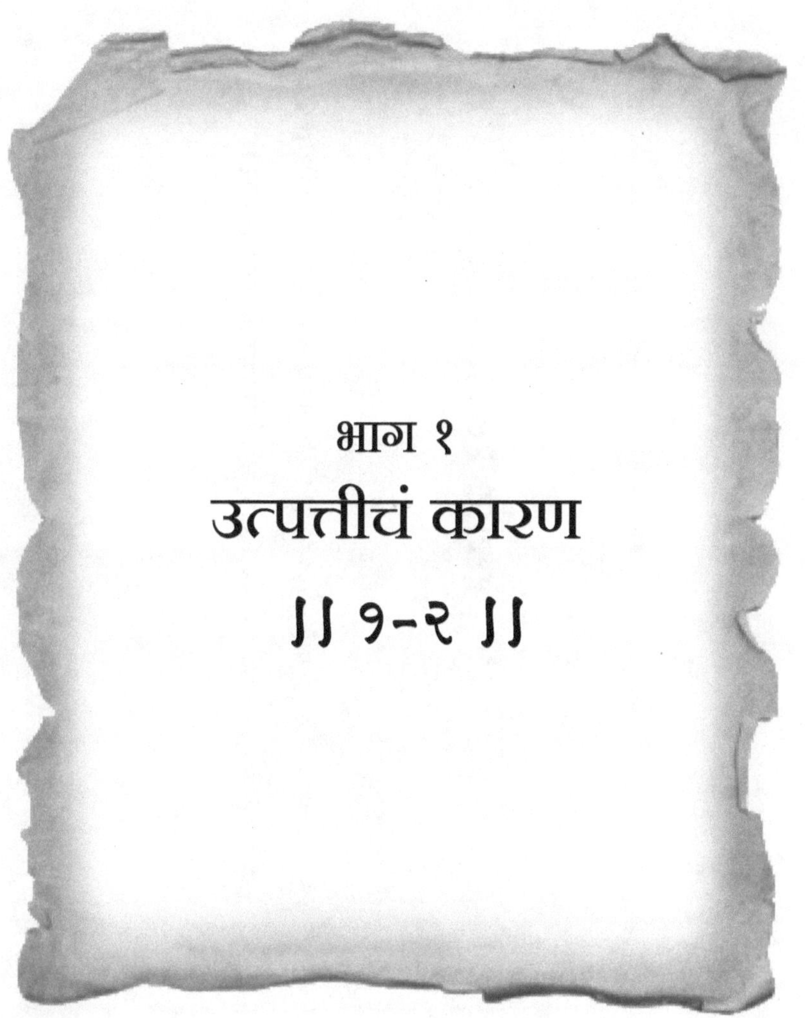

भाग १

# उत्पत्तीचं कारण

॥ १-२ ॥

# अध्याय १०

भूय एव महाबाहो श्रृणु मे परमं वचः । यत्तेऽहं प्रीयमाणाय वक्ष्यामि हितकाम्यया ।।१ ।।

न मे विदुः सुरगणाः प्रभवं न महर्षयः। अहमादिर्हि देवानां महर्षीणां च सर्वशः।।२ ।।

# १

**श्लोक अनुवाद :** श्रीभगवान म्हणाले, 'हे महाबाहो अर्जुना! पुन्हा ऐक. तू माझा प्रिय मित्र असल्याने तुझ्या भल्यासाठी मी तुला असे ज्ञान प्रदान करीन, जे मी पूर्वी सांगितलेल्या ज्ञानापेक्षाही श्रेष्ठ, हितकारक असेल'।।१।।

**गीतार्थ :** दहाव्या अध्यायात भगवान श्रीकृष्णाच्या ऐश्वर्याचं, म्हणजेच त्याच्या अनंत विभूती, पारलौकिक शक्ती, तसंच त्याच्या योगशक्तीचं वर्णन करण्यात आलं आहे. इथे श्रीकृष्ण अर्जुनास 'महाबाहो' म्हणून संबोधित करतात, जेणेकरून अर्जुनाला या गोष्टीचं स्मरण व्हावं, की युद्धभूमीवर जशी त्याची महान वीर योद्धा म्हणून ओळख आहे, तसंच आंतरिक भूमीवरही त्याने वीर पुरुषाप्रमाणेच, प्रत्येक परिस्थितीत परमानंदाचं साम्राज्य निर्माण करावं.

अर्जुनाला प्रोत्साहन देत श्रीकृष्ण म्हणतात, 'तू तर माझा प्रिय सखा आहेस म्हणून तुझ्यातील प्रेमभावनेमुळेच मी तुझ्या कल्याणाची इच्छा बाळगतो. तुझा लाभ व्हावा म्हणून मी तुला असंच ज्ञान प्रदान करेन, जे तुझ्यासाठी सर्वश्रेष्ठ असेल. वास्तविक माझी परिपूर्ण ओळख तुला अद्याप झालेली नाही. म्हणून हे अर्जुना, माझ्या परम वचनांचं तू लक्षपूर्वक श्रवण कर.'

ज्याच्या मनात गुरूविषयी निरपेक्ष प्रेम, अखंड विश्वास, पूर्ण समर्पण आणि निःसंशय श्रद्धा असते, त्याच्यासाठी गुरूचे शब्दच रामबाण, आकाशवाणी ठरतात, अशा भक्तांनाच गुरुवाणीचा लाभ मिळतो. ज्यांचं प्रेम घटनांवर अवलंबून असतं, विश्वास डळमळीत असतो, ज्यांचं मन शंका-कुशंकांनी भरलेलं असतं, त्यांना याचा पूर्ण लाभ मिळू शकत नाही. गुरूंची वचनं अशा व्यक्तींच्या कानांवर तर पडतात, पण ती तिथूनच मागे फिरतात, त्यांच्या अंतरंगापर्यंत पोहोचतच नाहीत, त्यांच्या हृदयाला स्पर्शच करत नाही. शिष्यामध्ये जर ग्रहणशक्ती नसेल, तर सर्वोच्च ज्ञान मिळूनही तो कोराच्या कोराच राहतो. या ज्ञानाची प्राप्ती केवळ त्यांनाच होऊ शकते, जे 'प्रियमाणाय' म्हणजेच प्रेमभावनेने परिपूर्ण असतात.

आत्मज्ञानाबाबतची अर्जुनाची तळमळ, तृष्णा पाहून श्रीकृष्ण प्रसन्न होतात. त्याचा अनुराग पाहूनच आता ते त्याला मनमोकळेपणाने पुढील गोष्टी सांगू

इच्छितात. एखाद्या भांड्यात पाणी टिकतंय की ते गळतंय, हे आधी त्यात थोडंसं पाणी ओतूनच पाहिलं जातं. त्यात जर पाणी सामावलं जात असेल, ते गळून जात नसेल, तरच त्यात आणखी पाणी ओतून ते भरलं जातं. तसंच अर्जुनही आतापर्यंत असं पात्र बनलेला होता, ज्यात ज्ञान सामावून घेण्याची पात्रता तयार झाली होती. म्हणून ज्ञानही त्याच्याकडे प्रवाही होण्यासाठी सिद्ध झालं होतं.

## २

**श्लोक अनुवाद :** माझी उत्पत्ती किंवा ऐश्वर्य देवदेवतांनाही समजत नाही तसंच महर्षींदेखील जाणत नाही. कारण, सर्वप्रकारे देवतांचे आणि महर्षींचेही मूळ मीच आहे।।२।।

**गीतार्थ :** इथे भगवान श्रीकृष्ण, देवतागण आणि ऋषिगणांसाठीही ते कसे दुर्लभ आहेत, हे सांगत आहेत. कारण त्या सर्वांचं मूळ कारणही तेच आहेत. प्राचीन काळी अशी कल्पना केली गेली होती, की स्वर्ग हा वर आकाशात आहे आणि तिथे देवतांचा निवास आहे. स्वर्ग आणि देव ही संकल्पना आपल्याला अशी समजून घेता येईल, देव म्हणजे असे लोक, जे अत्यंत सात्त्विक, अत्याधिक शुद्ध अंतःकरणाचे आणि निर्मळ मनाचे असतात. अशा उच्चकोटी लोकांच्या आसपास अनायासच स्वर्गाची निर्मिती होत असते. पण असे उच्च चेतनेचे लोकही परमात्म्याचं माहात्म्य जाणू शकत नाहीत.

ज्यांनी आपल्या साधनेने अनेक ऋचा, मंत्र आणि विद्या प्रकट केल्या, ज्यांना दिव्य अनुभवांची प्राप्ती झाली, अशा प्रतिभावंत लोकांना महर्षी असं संबोधलं जातं. असे तत्त्वज्ञानी महर्षींदेखील तत्त्वांद्वारे मला जाणू शकत नाहीत. या महर्षींनीदेखील बुद्धी, शक्ती, सामर्थ्य माझ्याकडूनच प्राप्त केलं असल्याने ते मला कसं बरं जाणू शकतील?

जे सदैव हृदयस्थानी स्थित असतात, ते भक्त म्हणजे देवतुल्य मनुष्य आणि जे अत्यंत बुद्धिमान, प्रतिभावंत, ज्ञानी आहेत, ते ऋषिगण. ज्ञानी अथवा भक्तच एकवेळ परमेश्वराला आंशिकरीत्या जाणून घेऊ शकतील; परंतु तरीही या अनंत ब्रह्मांडाच्या संपूर्ण प्रभावाला जाणून घेणं, हे अत्यंत कठीण, दुर्लभ आहे.

प्रथम ही गोष्ट समजून घेण्यासाठी हे लक्षात घ्यावं लागेल, की ऋषी-महर्षी हे सगळे तेव्हा घडले, जेव्हा पृथ्वीची निर्मिती झाली. पृथ्वीची निर्मिती तेव्हा झाली, जेव्हा पंचमहाभूतांची निर्मिती झाली. पंचमहाभूतांची निर्मिती तेव्हा झाली, जेव्हा महातत्त्वात तरंग निर्माण झाले. म्हणून ऋषी-महर्षी या महातत्त्वाला कसं बरं जाणू शकतील? कोणताही पुत्र आपल्या पित्याच्या जन्माचा साक्षीदार कसा होऊ शकेल? कोणताही मनुष्यप्राणी मी माझ्या आजोबांचा जन्म होताना पाहिलं आहे, असं कसं म्हणू शकेल? अगदी याच प्रकारे सृष्टीचा प्रारंभ होताना मी पाहिलं आहे, असं कोणताही मनुष्य सांगू शकणार नाही.

श्रीकृष्ण पुढे म्हणतात, 'मी सर्व देव-देवता आणि ऋषिमुनींचं मूळ कारण आहे. संपूर्ण जड सृष्टी हे माझ्या शक्तीचं कार्य आहे.' म्हणजेच, कारण हे कार्याला जाणू शकतं, परंतु कार्य कधी कारण जाणू शकत नाही. जसं, कुंभार हा मातीतून घडे बनवतो, म्हणजेच त्याला घड्यांविषयी माहीत असतं, परंतु घडा मात्र कुंभाराविषयी काही जाणत नाहीत. कुंभार हा घड्यांच्या निर्मितीचं कारण आहे आणि घडे हे कुंभाराचं कार्य. तसंच संपूर्ण जीवसृष्टी हे परमात्म्याचं कार्य आहे. कार्य, कारणामध्ये नक्कीच लीन होऊ शकतं, परंतु ते त्याला जाणू शकत नाही.

मग आपण असं समजायचं का, की संपूर्ण जगताचं आदिकारण-आत्मानुभवाचा साक्षात्कार हा कोणालाही होऊ शकत नाही? आपल्या मनातील या शंकेचं भगवंत पुढील श्लोकांद्वारे निरसन करतात.

**• मनन प्रश्न :**

१. गुरुवचनांवर आपला विश्वास किती दृढ आहे? ती वचनं आपल्या कानांवर पडून पुन्हा मागे फिरतात, की आपल्या हृदयाला स्पर्श करून जातात?

२. ज्ञानप्राप्तीसाठी आपण किती पात्र झालो आहोत, हे स्वतःलाच विचारा?

३. 'आदिकारण' या शब्दाद्वारे आपणास कोणता बोध होतो, यावर मनन करा.

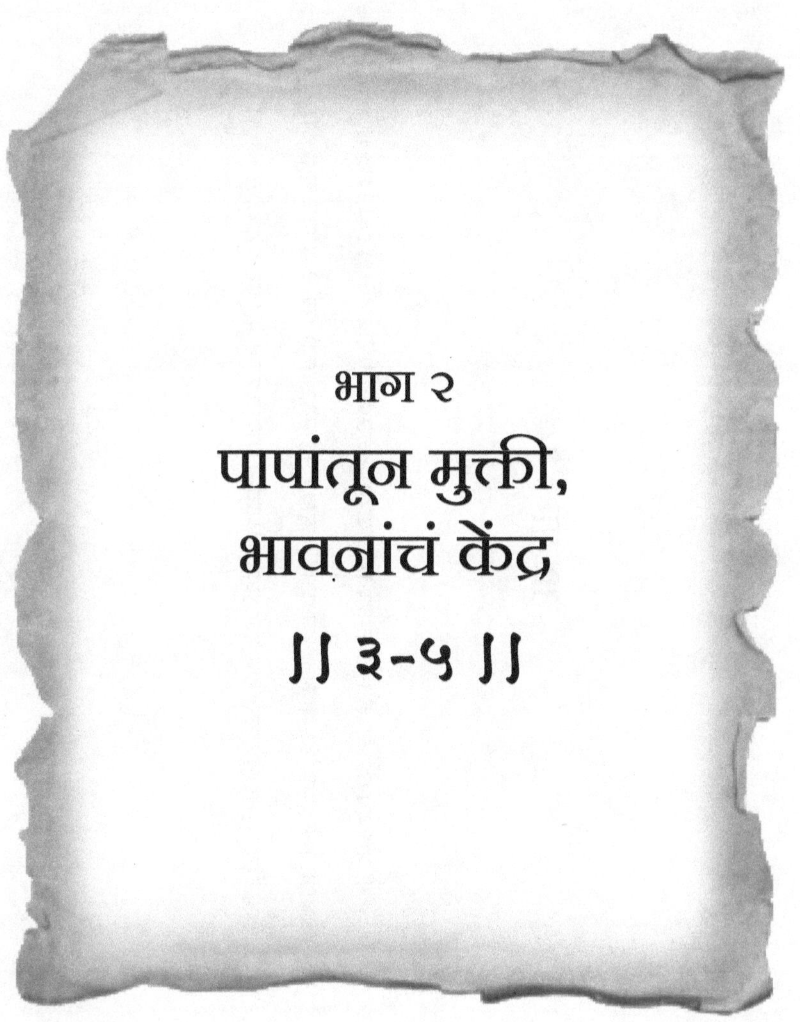

भाग २

# पापांतून मुक्ती, भावनांचं केंद्र

।। ३-५ ।।

# अध्याय १०

यो मामजमनादिं च वेत्ति लोकमहेश्वरम्। असम्मूढः स मर्त्येषु सर्वपापैः प्रमुच्यते ।।३ ।।

बुद्धिर्ज्ञानमसम्मोहः क्षमा सत्यं दमः शमः । सुखं दुःखं भवाऽभावो भयं चाभयमेव च ।।४ ।।

अहिंसा समता तुष्टिस्तपो दानं यशोऽयशः । भवन्ति भावा भूतानां मत्त एव पृथग्विधाः।।५ ।।

# ३

**श्लोक अनुवाद :** सर्व मनुष्यांमध्ये जो मला अजन्मा, अनादी, सर्व जगतांचा स्वामी म्हणून जाणतो, तोच मोहरहित झालेला ज्ञानवान पुरुष सर्व पापांपासून मुक्त होतो॥३॥

**गीतार्थ :** मनुष्य ईश्वराच्या उत्पत्तीविषयी, प्रकटण्याविषयी जाणू शकत नाही, असं मागील श्लोकात सांगितलं गेलंय. पण इथे हे सांगितलं जातंय, की त्याला जाणून घेण्याची केवळ एकच पद्धती आहे आणि ती म्हणजे, आपल्या मनाची जिद्द, अट्टाहास सोडून द्यायला हवा. मनाला वाटत असतं, 'आधी ती गोष्ट मी जाणून घेईन मगच त्यावर विश्वास ठेवीन.' परंतु आधी विश्वास ठेवा, मग आपोआप समजून येईल. म्हणजेच आधी हे स्वीकारा, की ईश्वर हा अजन्मा, अनादी आहे, ज्याचा कधीही जन्म होत नाही. आपण जेव्हा याचा स्वीकार करून आयुष्य जगू लागतो, तेव्हा आपोआपच तशी प्रचिती येऊ लागते. जसं, एखाद्या लहान मुलाला सांगितलं, की मातीत बी पेरल्याने झाड उगवतं. म्हणून तू या बीजाची पेरणी कर. यावर त्याने जर सांगितलं, 'हे खरं कसं मानायचं? त्यामुळे मी काही हे बीज पेरणार नाही.' तर अशावेळी त्याला सांगितलं जाईल, 'अरे बाबा, आधी विश्वास ठेव, मग आपोआपच याच्या वास्तवतेची तुला प्रचिती येईल.'

श्रीकृष्ण पुढे सांगतात, मी आदी-अनादी यांच्याही पलीकडे आहे. हा जो काळ आहे, ज्यात आदी-अनादी इत्यादी शब्दप्रयोग होतात, भगवंत त्या काळाचेही काळ आहेत. कालातीत भगवंतात काळाचाही आदी आणि अंत होतो.

आता हे लक्षात घेऊ या, भगवंताला अजन्मा, अविनाशी आणि ईश्वरांचाही ईश्वर मानल्याने मनुष्य पापमुक्त कसा बरं होऊ शकेल! भगवंताला जन्मरहित, अविनाशी आणि ईश्वरांचाही ईश्वर तर तोच मानू शकतो, ज्याला याची प्रचिती येते. ज्याला आपल्या अंतरंगातील भगवंताची जाणीव झाली आहे, ज्याला मनुष्यांच्या अस्तित्वामागे दडलेल्या एकत्वाची जाणीव झाली असेल. कारण प्रत्येक मनुष्याच्या अंतरंगात हा स्वानुभव दडलेला आहेच, केवळ अज्ञानामुळे तो त्याला बाह्यजगतात शोधत फिरतोय.

समजा, एखाद्या मनुष्याला त्याच्या दुचाकीत पेट्रोल भरण्यासाठी पेट्रोल पंपावर जायचं आहे. पण मुळात त्याच्याच गाडीत पेट्रोल नसेल तर तो तिथवर

कसा जाऊ शकेल? पेट्रोल भरायचंच आहे आणि पंपावर जाण्यासाठीही गाडीत पेट्रोल हवंय, तर मग आधी थोडंतरी पेट्रोल गाडीत टाकावंच लागणार ना! सांगण्याचा अर्थ, आपल्याला जी गोष्ट हवीय तिच्या प्राप्तीसाठीही तिथूनच सुरुवात करावी लागते. कोमेजलेल्या चेहऱ्याने आपण जर आनंदाचा शोध घ्याल, तर तो मिळू शकेल काय? कधीच नाही. आनंदी राहण्यानेच आनंदाची प्राप्ती होत असते. अगदी तसंच, ईश्वराचा शोध घ्यायचा असेल, तर त्यासाठी आधी स्वतःलाच ईश्वर व्हावं लागेल. कारण ईश्वरच ईश्वराचा शोध घेऊ शकेल. आपल्या अंतरंगातही ईश्वर असल्याने तिथूनच ती ओढ निर्माण होते, ही मूळ गोष्ट एकदा का लक्षात आली, की मग या शोधाचीही सांगता होते. पेट्रोल भरण्यासाठी पेट्रोल पंपापर्यंत जाण्याची गरजच भासणार नाही. कारण आपली गाडी चालण्यासाठी आधीपासूनच पेट्रोल भरण्यात आलेलं आहे, हे आपल्या लक्षात येईल.

मग आता प्रश्न असा निर्माण होतो, की हे पेट्रोल कायमस्वरूपी टिकेल का? तर याचं उत्तर आहे, हे पेट्रोल (ईश्वर) अविनाशी आहे. म्हणजेच ते सर्वत्र असल्याने आताही उपलब्ध आहे. सर्वव्यापी असल्याने या ठिकाणीही आहे आणि सर्वांभूत असल्याने माझ्यातही आहे. या गोष्टीवर जेव्हा दृढ विश्वास होतो, तेव्हा आपण एका वेगळ्याच स्तरावर जीवन जगू लागतो. प्रत्येक ठिकाणी, प्रत्येक मनुष्यात आणि प्रत्येक वस्तूमध्ये आपल्याला त्याची अनुभूती, प्रचिती येऊ लागते. अशा प्रकारे प्रत्येक क्रिया त्याला समर्पित केल्याने आपण सर्व कर्मबंधनांतून मुक्त होऊन पापरहित जीवन जगू शकतो.

श्रीकृष्ण सांगतात, परमात्मा कधीही, कोणापासूनही वेगळा होऊ शकत नाही आणि कोणीही परमात्म्यापासून वेगळं होऊ शकत नाही. हे त्रिकालाबाधित सत्य जाणणारा ज्ञानी पुरुष माझ्या सगुण-निर्गुण, साकार-निराकार स्वरूपाला तत्त्वाद्वारे जाणून घेतो.

## ४-५

**श्लोक अनुवाद :** बुद्धी, ज्ञान, संशय आणि मोह यातून मुक्तता, क्षमा,

सत्यता, इंद्रियसंयमन, मनोनिग्रह, सुख आणि दुःख; जन्म, मृत्यू, भय, निर्भयता॥४॥

अहिंसा, समता, संतुष्टी, तपस्या, दान, यश आणि अपयश इत्यादी जीवांचे सर्व गुण माझ्याद्वारेच उत्पन्न झाले आहेत॥५॥

**गीतार्थ :** प्रस्तुत श्लोकांद्वारे लोकमहेश्वरम्‌चा (समस्त लोकांचे स्वामी) मुद्दा मांडताना पुढे सांगितलं गेलंय, की भगवंत हेच संपूर्ण विश्वाचं निमित्त कारण आहेत. या दोन श्लोकांमध्ये त्या विविध भावनांचं वर्णन केलं गेलंय, ज्या मानवी मन आणि बुद्धीद्वारे व्यक्त होत असतात. या भाव अथवा विकारांचं पहिलं स्थान आहे बुद्धी. मग ज्ञान, अमोह, सहनशीलता, क्षमा, सत्य हे आहेत. त्यानंतर मगच मनोनिग्रह आणि इंद्रियांवर नियंत्रण येतं.

भगवंत सांगतात, जगातील सर्व सुख-दुःखं, जन्म-मृत्यू यांची निर्मितीदेखील माझ्याच भावनेतून होते. इतकंच काय, पण भय-अभय, अहिंसा-समता, यश-अपयश, तप-दान इत्यादी जे काही भाव या जगात दिसतात, त्या सर्वांची उत्पत्तीदेखील माझ्यापासूनच होते. परंतु खूपच कमी लोक ही गोष्ट जाणतात. खूपच कमी लोक माझ्याविषयीचं ज्ञान प्राप्त करतात.

प्राण्यांमध्ये निर्माण होणाऱ्या विविध भावनांसाठीही या लोक महेश्वराकडून म्हणजे माझ्याकडूनच स्फूर्ती, शक्ती आणि आधार मिळतो. थोडक्यात सांगायचं झालं तर, या जगात ज्या काही शुभ-अशुभ घटना घडत आहेत, जितके म्हणून सद्‌भाव, दुर्भाव आहेत, ते सर्व माझ्या अस्तित्वामुळेच आहेत. अशा वेगवेगळ्या प्रकारच्या भाव-भावना आणि विचारांद्वारे प्रेरित होऊन प्रत्येक मनुष्य आपापल्या संस्कारांनुसार कर्म करण्यासाठी बाध्य होतो. त्यामुळे इथे वेगवेगळ्या प्रकारचं जीवन पाहायला मिळतं. तात्पर्य हेच, की या सगळ्याच्या मुळाशी मीच आहे.

इथे श्रीकृष्ण भगवान अर्जुनाचं लक्ष सर्व शक्तींच्या मूळतत्त्वाकडे केंद्रित करण्याचा प्रयत्न करत आहेत. यातून आपण हाच बोध घ्यायचा आहे, की जगातील सर्व क्रिया, सर्व घटना, पदार्थ यांच्या मुळाशी केवळ

तोच एक सर्वव्यापी परमात्मा विराजमान आहे. मग ती उत्पत्ती असो वा प्रलय, अनुकूलता असो वा प्रतिकूलता, अमृत असो वा विष, स्वर्ग असो वा नरक, सर्व काही त्या भगवंताचीच लीला आहे.

यासाठी आपण आपलंच आयुष्य उदाहरण म्हणून घेऊ शकतो. आपल्या आयुष्यात बाल्यावस्था, किशोरावस्था, तारुण्यावस्था, वृद्धावस्था या चार अवस्था येतात. प्रत्येक अवस्थेत वेगवेगळ्या क्रियांबरोबरच विविध भावना उत्पन्न होतात. पण अवस्था जरी भिन्न असल्या तरीही त्या आपल्या जीवन-चरित्राचाच एक भाग असतात. एक इंजिन आणि डबे यांच्या एकत्रीकरणानेच रेल्वे बनत असते. इंजिन एकच असतं; परंतु वेगवेगळ्या श्रेणीकरिता निरनिराळे डबे जोडलेले असतात. जनरल, थ्री टायर, एसी-२, एसी-१ इत्यादी. डबे कितीही प्रकारचे असोत, इंजिन कितीही आधुनिक असो, परंतु ती गाडी चालवण्याची लीला तर चालकाद्वारेच घडत असते. ट्रेन वेगाने धावो अथवा धीम्या गतीने, हळूवार चालो अथवा खडखडाट होवो, अपघात होवो अथवा सुरक्षित धावो, या सगळ्याच्या मागे त्या चालकाचाच हात असतो.

अशाच प्रकारे या जगतातही एकसूत्रीपणा आहे, ज्यात जन्मलेल्या प्राण्यांचे भाव वेगवेगळे आहेत, क्रिया वेगवेगळ्या आहेत. कुठे कोणी हसतो आहे, तर कुठे कोणी रडतो आहे. कुठे आपापसांत सुसंवाद आहे, तर कुठे विसंवाद, कुठे वाद-विवाद होत आहे. कुठे कोणाचा जन्म होतोय, तर कुठे कोणाचा मृत्यू होत आहे. ही सर्व त्या भगवंताचीच लीला आहे. या लीलेला आपण ली-गीता-ला करून वाचायचं आहे. म्हणजेच या लीलेमध्ये दडलेलं गीताज्ञान आपल्याला वाचायचं आहे.

**● मनन प्रश्न :**

१. आपल्याला आपल्या अज्ञानाचं ज्ञान झालंय का? आपण ईश्वराच्या कपोलकल्पित प्रतिमेतून मुक्त झाला आहात का?

२. भाव आणि कर्म यांविषयी आपण किती जाणता?

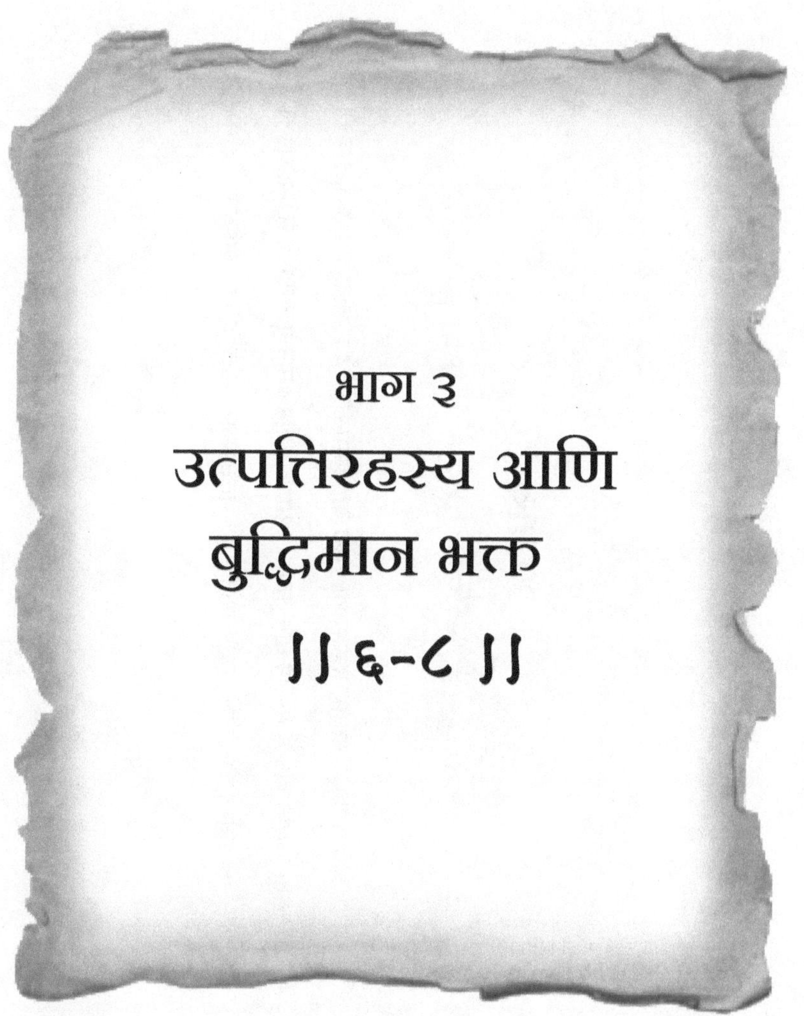

# भाग ३

# उत्पत्तिरहस्य आणि बुद्धिमान भक्त

## || ६-८ ||

# अध्याय १०

महर्षयः सप्त पूर्वे चत्वारो मनवस्तथा । मद्भावा मानसा जाता येषां लोक इमाः प्रजाः ।।६ ।।

एतां विभूतिं योगं च मम यो वेत्ति तत्त्वतः । सोऽविकम्पेन योगेन युज्यते नात्र संशयः ।।७ ।।

अहं सर्वस्य प्रभवो मत्तः सर्वं प्रवर्तते । इति मत्वा भजन्ते मां बुधा भावसमन्विताः ।।८ ।।

## ६

**श्लोक अनुवाद :** आणि हे अर्जुना! सात महर्षीजन आणि त्यांच्या पूर्वीचे चार महर्षी तसेच मनू हे सर्व माझ्या संकल्पापासून उत्पन्न झाले आहेत. ज्यांची जगात संपूर्ण प्रजा आहे॥६॥

**गीतार्थ :** मागील दोन श्लोकांमध्ये भगवान श्रीकृष्णांनी प्राणिमात्रांतील भावविभूतींचं वर्णन केलंय, तर या श्लोकात मनुष्यरूपातील आपल्या विभूतींचं वर्णन केलं आहे.

प्राचीन धर्मग्रंथ तसंच वेद-पुराणांमध्ये सृष्टीच्या उत्पत्तीविषयी असं लिहिलेलं आढळतं, की सृष्टीची रचना करण्याकरिता भगवंत स्वतःच ब्रह्मरूपात अवतरले. ब्रह्मदेव, परमेश्वराच्या शक्तीपासून उत्पन्न झालेले आदिजीव आहेत. मग ब्रह्मदेवांकडून चार सनकादि (चार महर्षी), त्यानंतर सप्तर्षी, तसंच चौदा मनू प्रकटले. त्यानंतर या पंचवीस महान ऋषींकडूनच असंख्य लोक आणि विविध योनी निर्माण झाल्या. हे सर्वच ऋषिगण माझ्याविषयी गाढ श्रद्धा बाळगतात. हे पंचवीस महान ऋषी ब्रह्मांडातील सर्व सजीवांसाठी मार्गदर्शक असल्याचं संबोधलं जातं. यांच्यापासूनच ही सर्व प्रजा निर्माण झाली आहे. अशा प्रकारे ब्रह्मदेवांनाच या सृष्टीचे पितामह असं म्हटलं जातं. परंतु श्रीकृष्ण हे या पितामहांचेही पिताश्री आहेत. याचाच अर्थ, कृष्ण-चेतना ही या सर्वांच्याही आधीपासूनच अस्तित्वात होती.

आता पुराणांमध्ये वर्णिलेल्या या मानवी विभूतींचा योग्य अर्थ समजून घेऊ या. आध्यात्मिक दृष्टिकोनातून परम चैतन्य, अहंकार आणि पंचेंद्रियांपासून प्राप्त होणाऱ्या अनुभूती - रंग, रूप, स्वाद, गंध आणि स्पर्श हे सात ऋषींचं प्रतीक आहेत. यांच्या एकत्रित, संयुक्त स्वरूपालाच जगत असं म्हटलं जातं.

वर सांगितलेल्या पंचवीस मानवी विभूती वास्तविक संकल्पांची एक शृंखला आहे. कोणत्यातरी एका क्षणी परमात्म्याने सृष्टीच्या निर्माणकार्याचा संकल्प केला. त्यावेळी परमात्म्याने विचार केला, की आता आपण सृष्टीतील विविध पदार्थांच्या रूपात बहुरूपी व्हावं. मग जड सृष्टीतील पंचमहाभूतं निर्माण झाली आणि त्यानंतर जीवसृष्टीची निर्मिती झाली. अशा प्रकारे एका संकल्पातून दुसरा, दुसऱ्यातून

तिसरा, तिसऱ्यातून चौथा... संकल्पांची एक शृंखलाच तयार झाली आणि संपूर्ण सृष्टीचं सृजन झालं.

जसं, एखाद्या लेखकाची कथा कोणत्यातरी नियतकालिकात अथवा वर्तमानपत्रात छापून येते, तेव्हा ती आपल्यासमोर लिखित स्वरूपात सादर झाल्याने आपण ती वाचू शकतो. कारण कथा छापून येण्यापूर्वी, त्या लेखकाच्या मनात एक संकल्पना तयार झालेली असते. त्यानुसार कथेला एक आकार मिळतो. मग काही पात्रं, भावना आणि घटना अशा गोष्टींची बांधणी करून एक शृंखला तयार करतो. जेणेकरून त्या कथेला आकार मिळून ती कथा एका विशिष्ट रूपात साकारली जाते. मग शब्दांत व्यक्त करत तो ती कथा कागदावर उतरवतो. आता ती कथा प्रकट रूप धारण करते. म्हणजेच कथा कागदावर लिहिण्यापूर्वी लेखकाच्या मन-मस्तिष्कात ती अस्तित्वात होतीच. मात्र जेव्हा त्याने ती लिहिण्याचा संकल्प केला, तेव्हा त्याच्या विचारांद्वारे ती कागदावर प्रकटली, असंही आपण म्हणू शकतो. अगदी अशाच प्रकारे या विश्वाची निर्मिती झाली. विश्वाचा निर्माता हे विश्व साकारण्याच्या आधीही अस्तित्वात होता, आताही तो या विश्वात सामावलेला आहे आणि विश्वाच्या अंतानंतरही त्याचं अस्तित्व कायम असणार आहे.

भगवंत म्हणतात, तात्पर्य हे आहे, की हे संपूर्ण विश्व म्हणजे माझाच विस्तार आहे. प्रारंभ एका बीजापासून होतो... मग त्या बीजातून मुळं अंकुरतात... मुळांद्वारे कोंब फुटतो... मग त्या कोंबालाच फांद्या फुटतात... या फांद्यांतून पुढे अनेक फांद्या निघतात... त्यांना पानं येतात... पानांमध्ये फुलं उमलतात... त्यानंतर फळधारणा होते... अशा प्रकारे त्या वृक्षाला पूर्णत्व प्राप्त होतं. परंतु या तत्त्वाचा सखोलपणे विचार केला, तर हा सारा विस्तार त्या छोट्याशा बीजाचाच आहे, ही गोष्ट अगदी स्पष्ट होते. अगदी अशाच प्रकारे 'मी'देखील एक मूलतत्त्वच आहे. या 'मी'नेच मनाची निर्मिती केली आणि या मनाद्वारेच संकल्पांची साखळी निर्माण झाली, या विश्वाचं प्रकटीकरण झालं.

## ७

**श्लोक अनुवाद :** आणि– ज्या पुरुषाला माझ्या या परम ऐश्वर्य आणि योगशक्तीची वास्तविकपणे खात्री पटते, तो अनन्य भक्तियोगामध्ये तत्पर होतो, यात मुळीच संशय नाही।।७।।

**गीतार्थ :** आतापर्यंत आपल्या हे लक्षात आलंय आहे, की भगवंताच्या अलौकिक, अनंत सामर्थ्याचंच नाव योग आहे आणि त्या योगाद्वारे प्रकट होणाऱ्या वैशिष्ट्याचं नाव विभूती असं आहे.

भगवान श्रीकृष्ण पुढे सांगतात, 'विभूती आणि योग यांना तत्त्वाद्वारे जाणण्याचा अर्थच हा आहे, की या विश्वात माझी जी दिव्य शक्ती सामावलेली आहे, तिच्यातून सक्रियरूपात प्रकट होणारी जी वैशिष्ट्यं आहेत, त्यांच्याही पलीकडे असलेल्या मला तू जाणून घे! जसं, विविध प्राणिमात्रांच्या अंतःकरणात जे भाव प्रकट होतात, प्रभावशाली व्यक्तिमत्त्वांमध्ये जे ज्ञान, विवेक, निर्णयक्षमता, नेतृत्वकुशलता इत्यादी गुण विशेष दिसून येतात, त्या सर्वांच्या मुळाशी खरंतर मीच आहे. अशा प्रकारे जो मला समजून घेतो, तत्त्वाद्वारे जाणून घेतो, तो त्या प्रत्येक वैशिष्ट्याच्या मुळाशी केवळ मलाच पाहतो. त्याचा भाव केवळ माझ्याशीच निगडित असतो, इतर कोणत्याही वस्तूत अथवा मानवी गुणवैशिष्ट्यात नसतो.

जसं, आपण सचिन तेंडुलकरची फलंदाजी पाहतो, सानिया मिर्झाची टेनिस निपुणता पाहतो, माधुरी दीक्षितचं नृत्यकौशल्य पाहतो अथवा झाकीर हुसेन यांचं तबलावादन अनुभवतो... तेव्हा त्यात आपल्याला त्या व्यक्तीचं कौशल्य नव्हे, तर परमात्म्याच्या अभिव्यक्तीचंच दर्शन घडतं.

आणखी एक उदाहरण पाहू या. समजा, आपल्यासमोर जर कोणी मिठाई आणून ठेवली, तर आपण त्यातील केवळ गोडवाच पाहाल. कारण गोडवा हा तर मिठाईचा स्वभावच आहे, मग ती कोणत्याही रंग-रूप-आकाराची असो, अथवा कोणत्याही दुकानातून आणलेली असो. मात्र

आपण ही गोष्ट तत्त्वाद्वारे अथवा अनुभवाद्वारे जाणत असतो.

अशाच प्रकारे या जगात जे काही दिसत असतं, आपली नजर त्याच्यामागे दडलेल्या परमात्म्यावरच स्थिर व्हायला हवी. दृश्य गोष्टीत जे काही गुण सामावलेले दिसतात, ते सर्व त्या ईश्वराचेच आहेत; वस्तू, मनुष्य अथवा त्या क्रियेचे नाहीत. यालाच विभूती आणि योगास तत्त्वाद्वारे जाणणं असं म्हणतात.

श्रीकृष्ण म्हणतात, जो ही गोष्ट तत्त्वाद्वारे जाणून घेतो, तो निःसंशय अकंप भक्तियोगाने युक्त होऊन जातो. याबाबत जर कोणाला यत्किंचितही शंका असेल, तर त्याने मला तत्त्वतः जाणलंच नाही. कारण तो मला आणि माझ्या गुणांना (विभूतींना) भिन्न भिन्नच समजतोय. मला तत्त्वांद्वारे समजून घेतल्यानंतर, त्याच्यासमोर लौकिकार्थाने कोणत्याही प्रकारचा चमत्कार घडला तरी, तो त्याला प्रभावित करू शकणार नाही. त्याची दृष्टी चमत्काराकडे न जाता केवळ माझ्याकडेच लागलेली असते. त्यामुळे माझ्या मूळ स्वाभाविक रूपाबाबतची त्याची भक्ती दृढ होऊ लागेल.

## ८

**श्लोक अनुवाद :** मी वासुदेवच संपूर्ण जगाचा प्राकृत आणि आध्यात्मिक उत्पत्तिकर्ता आहे. सर्व काही माझ्यापासूनच उद्‌भवतं. ते बुद्धिमान मनुष्य हे जाणून, मला श्रद्धा आणि भक्ती भावाने भजतात।।८।।

**गीतार्थ :** वासुदेव म्हणजेच परमात्मा, सेल्फ हाच साऱ्या विश्वाच्या उत्पत्तीचं मूळ, आदिकारण आहे, हीच गोष्ट येथे पुन्हा सांगितली जात आहे. मात्र मनुष्य ही मूळ गोष्टच वारंवार विसरतो आणि स्वतःला कर्ता मानून सुख-दुःखाचं कारण बनतो, ही बाब श्रीकृष्ण पूर्णपणे जाणून आहेत. त्यामुळे ते हे सत्य वेळोवेळी अर्जुनासमोर विशद करतात आणि त्याला त्याची पुनःपुन्हा आठवण करून देतात.

नेहमी असंच आढळतं, की विनाकारण कोणतंही कार्य घडत नाही. दुधाशिवाय दही बनत नाही, मातीशिवाय घडा बनत नाही, कापसाशिवाय सूत बनत नाही आणि बीजाशिवाय तेल निघू शकत नाही. म्हणजेच हे जे असीम विश्व आहे, ज्याच्या व्यापकतेचा काहीच थांग लागू शकत नाही, ज्याचं शब्दांद्वारे वर्णन करता येत नाही, शिवाय ते किती ज्ञानसंपन्न, शक्तिसंपन्न असेल!!

पुढे श्लोकात म्हटलंय, माझ्यामुळेच हा सारा संसार प्रवृत्त होत आहे. म्हणजे माझ्यामुळेच सर्व क्रिया घडत असून हे जग गतिमान आहे. माझ्यामुळेच हे विश्व विकसित होत आहे. इथे एक महत्त्वाची गोष्ट लक्षात घ्यावी लागेल ती म्हणजे, परमात्मा हा विश्वाच्या निर्मितीचं मूळ आणि कारण असं दोन्हीही आहे. कोणत्याही वस्तूची जेव्हा निर्मिती होते, तेव्हा ती दोन कारणांनी घडते. केवळ मातीमुळे घडा बनत नसतो, तर तिथे कुंभाराचीही गरज असते. दोघांच्या संयोगानेच घडा साकारतो. माती हे घड्याचं मूळ कारण आहे, तर कुंभार हे निमित्तमात्र आहे. परंतु हा नियम परमेश्वराबाबत लागू होत नाही.

आपण एखाद्या कुळाच्या वंशवृक्षाचं चित्र तर पाहिलंच असेल. त्यात सध्या हयात असलेल्या कुटुंब सदस्यांबरोबरच मागच्या पाच-सहा पिढ्यांतील नातेवाइकही दाखवले जातात. पानांवर मुलांची नावं, छोट्या छोट्या फांद्यांवर त्यांच्या आई-वडिलांची, काका-काकूंची नावं, मग मोठ्या फांद्यांवर त्यांच्या आजी-आजोबांची नावं. त्याहून मोठ्या फांद्यांवर, खोडावर, मुळांवर पणजोबा, खापर पणजोबा... इत्यादी. जितकी नावं ज्ञात असतात, त्या सर्वांचा समावेश त्या चित्रात केला जातो. असं करता करता शेवटी एक मूळ पुरुष उरतो. ज्याच्या मागे कोणीच नसतं. अगदी अशाच प्रकारे या सृष्टीचा मूळ पुरुष म्हणजे परमात्मा होय. ज्याच्या उत्पत्तीचं कोणतंही कारण नाही. केवळ इतकंच नव्हे, तर या अनोख्या, विलक्षण अशा जगताची रचना केल्यानंतरही तो त्यापासून अलिप्तच राहतो. जसं वीज

एकच असते पण ती दिव्यात (बल्बमध्ये) प्रकाश आणि हिटरमध्ये उष्णता निर्माण करते. मात्र विजेत कोणताही प्रकाश नसतो, ना उष्णता. अशाच प्रकारे परमात्माही वेगवेगळ्या रूपात अभिव्यक्त होत असतो. जसं, जड, चेतन, विविध जीव-जंतू, पशुपक्षी, वृक्ष-वल्ली, मानव... इत्यादी. परंतु त्याच्यात ना ईश्वरभाव आहे, ना जीवभाव. हे सर्व तत्त्वाने जाणणारे ज्ञानी पुरुष, श्रद्धायुक्त भक्तिभावनेने संपन्न होऊन जळी-स्थळी-काष्ठी-पाषाणी सर्वत्र आणि सर्वांत मलाच पाहतात.

अखिल ब्रह्मांडाचं मूळ कारण तो एक सेल्फच आहे आणि तोच सर्व शरीरांत चेतनेच्या रूपाने सामावलेला आहे, ही भावना जेव्हा दृढ होते, तेव्हा अहंकाराचं पतन होऊ लागतं, तो विलीन होतो. अशा स्थितीत जीवाचं स्वतंत्र अस्तित्वच उरत नाही. अज्ञानामुळे मनुष्य स्वतःला कर्ता, भोक्ता समजत असतो, परंतु जेव्हा स्वतःची खरी ओळख होते, तेव्हा मात्र आपलं स्वतंत्र अस्तित्व मिटवून टाकण्याचाच प्रयत्न होतो. यासाठी परम भक्ती हाच एक मुख्य उपाय आहे. आपल्या मनातील अहंकेंद्रित प्रेमशक्तीला परमात्म्यात केंद्रित करता येणं, यालाच परम भक्तीला प्राप्त होणं असं म्हटलं जातं. या भक्तीने परिपूर्ण असलेले ज्ञानी पुरुष निरंतर मलाच स्मरतात.

**• मनन प्रश्न :**

१. आपले नातेवाईक आणि शेजारी यांच्यातील वैशिष्ट्यांमागे आपल्याला परमात्म्याचंच दर्शन होतं, की त्यांना पाहून सूक्ष्म ईर्ष्येची भावना निर्माण होते?

२. आपण आपल्या अंतरंगात ज्ञान आणि भक्ती म्हणजेच तेजभक्तीचं बीजारोपण केलं आहे का?

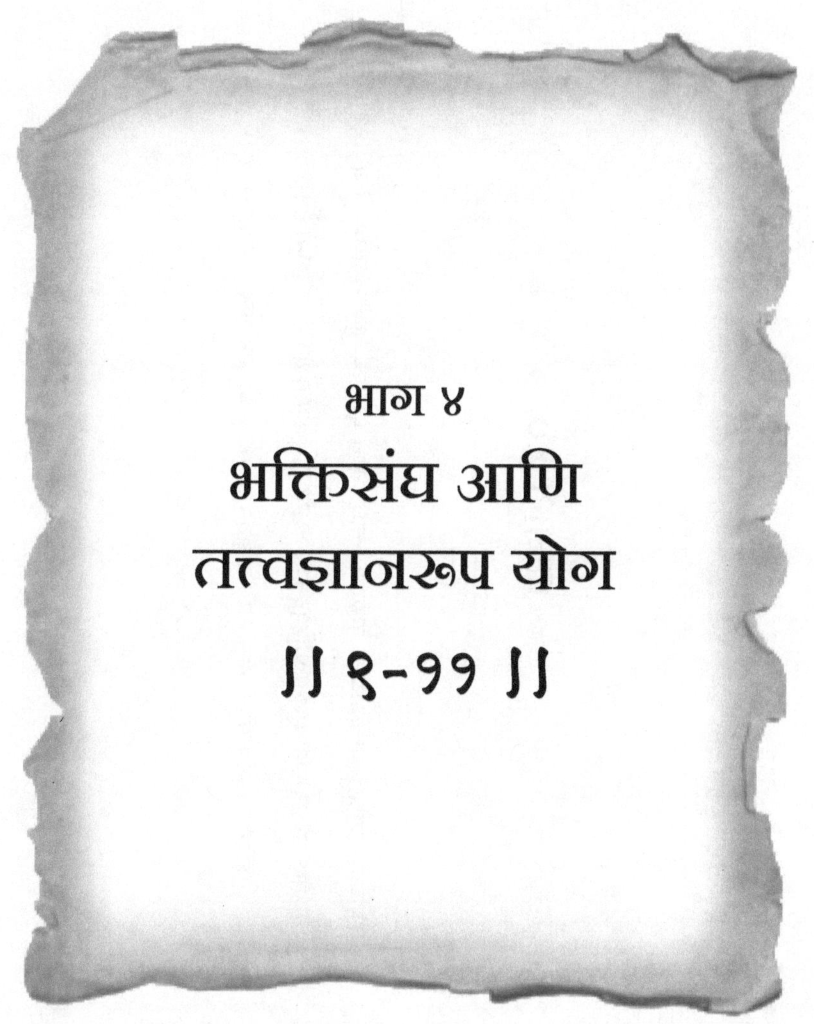

# भाग ४

# भक्तिसंघ आणि तत्त्वज्ञानरूप योग

॥ ९-११ ॥

# अध्याय १०

मच्चित्ता मद्गतप्राणा बोधयन्तः परस्परम् । कथयन्तश्च मां नित्यं तुष्यन्ति च रमन्ति च ।।९ ।।

तेषां सततयुक्तानां भजतां प्रीतिपूर्वकम्। ददामि बुद्धियोगं तं येन मामुपयान्ति ते ।।१० ।।

तेषामेवानुकम्पार्थमहमज्ञानजं तमः। नाशयाम्यात्मभावस्थो ज्ञानदीपेन भास्वता ।।११ ।।

# ९

**श्लोक अनुवाद :** आणि– ते माझे शुद्ध भक्त माझ्यामध्येच वास करत असतात, त्यांचं जीवन माझ्या सेवेतच समर्पित असतं. शिवाय परस्परांमध्ये माझ्याविषयी चर्चा आणि बोधन करण्यापासून त्यांना अत्याधिक संतोष आणि आनंद प्राप्त होतो।।९।।

**गीतार्थ :** इथे श्रीकृष्ण भगवंत भक्ताच्या स्वभावधर्माचं वर्णन करताना सांगतात, की भक्ताचं मन निरंतर माझ्यातच लागलेलं असतं. मनुष्याचा रात्रं-दिवस मनाशी संबंध येतो. बाह्यजगतात आपण जे काही पाहतो, त्याचंच एक प्रतिबिंब आपल्या मनात उमटत असतं. प्रत्यक्षात आपण कोणत्याही गोष्टीकडे बाह्यदृष्टीने नव्हे, तर मनःचक्षूंद्वारेच पाहत असतो. ही मानसिक दृष्टीच आपल्यात सुख-दुःखांची निर्मिती करते. परंतु एक भक्तच असा असतो, जो या मायाजालातही परमात्म्यालाच पाहतो.

मनुष्याचं चित्त जेव्हा मोहमायेत भरकटतं, तेव्हा त्याच्यावर अहंकाराचा प्रभाव पडतो. साधकाला जेव्हा हा अहंकार लक्षात येऊ लागतो, तेव्हा तो समर्पणासाठी तयार होऊन मलाच जीवन अर्पण करतो. म्हणजेच तो आपली इंद्रियं समर्पित करतो.

इंद्रियं ही बाह्यविषयांच्या ज्ञानप्राप्तीचं साधन आहेत. म्हणून इंद्रियांना समर्पित करणं म्हणजेच बाह्यविषयांना परमात्म्याच्या स्वरूपातच पाहणं होय. उदाहरणार्थ, आपल्या अवतीभोवतीचे लोक, मित्रमंडळी, नातेवाईक, चिजवस्तू, विचार, भाव-भावना या सर्वांमध्ये त्या एक परमात्म्यालाच पाहणं होय. या विश्वातील सूक्ष्मातिसूक्ष्म वस्तूसही परमात्म्याची विभूती म्हणूनच पाहणं, म्हणजेच प्राण समर्पित करणं होय.

अशा प्रकारे आपलं सर्वस्व अर्पण करणाऱ्या भक्तांचा एक समूह तयार होतो. मग ते आपल्याला आलेल्या अनुभवांचं आपापसांत आदान-प्रदान करू लागतात. कारण परमात्म्याशिवाय त्यांना इतर कोणत्याही विषयात रुची नसते. प्रत्येक विषयात त्यांना परमात्म्याचीच अनुभूती येते, असंही याबाबत म्हणता येऊ शकेल. ग्रहणशील होऊन एकमेकांना आलेल्या प्रचितीबाबत ऐकत असताना, आनंद आणि आश्चर्याच्या भावनेने भरले जाऊन, ते आपली चेतना उन्नत करत

असतात. असे सर्वच भक्तगण एकत्र येऊन भजन-कीर्तनाद्वारे परमात्म्याचं गुणगान करतात आणि संतुष्टीने भरलेलं आयुष्य जगू लागतात.

## १०

**श्लोक अनुवाद :** जे भक्त माझी प्रेमाने सेवा करतात, ध्यान करतात, त्यांना मी असे ज्ञान देतो, ज्यायोगे ते मला प्राप्त होतात॥१०॥

**गीतार्थ :** श्रीकृष्ण पुढे सांगतात, आपल्या चित्ताला नेहमी माझ्या ध्यानसाधनेतच स्थिर करणं, हे केवळ माझी अनुभूती प्राप्त झाल्यानंतरच शक्य होऊ शकतं. अन्यथा मनुष्याचं मन तर केवळ भौतिक, स्थूल गोष्टींमध्येच रमलेलं असतं. कर्णमधुर संगीत ऐकू येत असेल, तर मन त्यात सहजपणे तल्लीन होऊन जातं. काश्मीरच्या रम्य निसर्गात, तेथील दऱ्याखोऱ्यांत तर नास्तिक मनुष्यही काही कालावधीसाठी अगदी मंत्रमुग्ध होऊन जातो. एखाद्या लहान बालकाच्या बाळक्रीडा पाहून तर हे मन सहजच प्रफुल्लित होऊन जातं. अशा प्रकारे इंद्रियांची पोहोच ज्या ज्या विषयांपर्यंत जाते, तिथून आनंद मिळवणं, ही काही कठीण बाब नाही. मात्र परमात्म्यात लीन होऊन आनंदघन प्राप्त करणं, हे प्रारंभी काहीसं कठीण भासतं, परंतु तेच करण्यायोग्य कर्म आहे.

अशा भक्तिरंगात रंगलेल्या भक्तांना मी तत्त्वज्ञानरूप योग म्हणजेच स्व-अनुभवाची प्राप्ती घडवून देतो. जेणेकरून ते मलाच प्राप्त होतात. कारण भक्ताचं खरं स्वरूप हे मन-बुद्धीच्या पलीकडे असतं. त्यामुळे भाषेच्या पलीकडे असलेलं हे ज्ञान भाषेत उतरवण्यासाठी लौकिक जगतातील शब्दांचा उपयोग करावा लागतो. तद्वत बुद्धीने आत्म्याच्या अनंत स्वरूपाचं यथार्थ ज्ञान अनुभवाद्वारे प्राप्त करणं म्हणजेच तत्त्वज्ञानरूप योग होय.

भक्तीच्या रंगात रंगलेल्या भक्ताला शब्दांद्वारे प्राप्त होणाऱ्या ज्ञानाची चिंता वाटत नाही. खऱ्या भक्तीचा परिणाम आहे परमात्म्याची अनुभूती आणि

हाच भक्तीचा उद्देशदेखील आहे. परंतु खरा भक्त हा उद्देश साध्य करण्यासाठी भक्ती करत नाही, तर भक्तिमार्गाचं अनुसरण केल्याने आपोआपच उद्देशप्राप्ती घडते. जसं एकदा रेल्वेत बसलं, की आपोआपच अंतिम स्थानाप्रत पोहोचलं जातं. अगदी तसंच, भक्तिसाधनेमुळे मनुष्य आपल्या मिथ्या, भ्रामक व्यक्तित्वातून मुक्त होतो आणि आपल्या तत्त्वाशी, स्वानुभवाशी युक्त होतो.

## ११

**श्लोक अनुवाद :** आणि हे अर्जुना! त्यांच्यावर विशेष अनुग्रह करण्यासाठी ज्ञानरूपी तेजस्वी दीपाने, त्यांच्या अज्ञानामुळे उत्पन्न झालेल्या अंधकाराचा मी नाश करतो।।११।।

**गीतार्थ :** आपलं माहात्म्य (कृष्णचेतना) सांगत असताना श्रीकृष्ण म्हणतात, हे अर्जुना, असं अलौकिक समर्पण करणाऱ्या भक्तांना कृतार्थ करण्यासाठी, त्यांच्या अंतःकरणात आधीपासूनच विराजमान असलेला मी (चैतन्य) ज्ञानरूपी दिव्याच्या प्रकाशाद्वारे अज्ञानरूपी अंधकाराचा नाश करतो.

खरंतर परमेश्वर सर्वांच्याच अंतःकरणात विराजमान आहे, त्यामुळे त्याच्या दयेचा, कृपेचा वर्षाव आपल्या सर्वांवरच होत असतो. गरज असते फक्त आपण आपल्यावर धरलेली धारणारूपी छत्री हटवण्यांची. परंतु मायेच्या आवरणाने जखडलेल्या, त्यातच लिप्त असलेल्या मनुष्याच्या हे लक्षातच येत नाही.

एका खऱ्या भक्ताला मात्र नित्य परमेश्वराच्या कृपेची अनुभूती होत असते. खरंतर भक्त परमात्म्याच्या अगदी समीप असतो, त्यामुळे भक्ताच्या हृदयातच परमात्म्याचा निवास असतो. त्यांच्यातील ही एकसंधता अगदी सखोल असते. समजा, आपण एखाद्या परिसंवादास अथवा व्याख्यानास गेला आहात आणि आपल्याला जर मागच्या रांगेतील आसन मिळालं, तर आपल्याला वक्त्याचं भाषण नीट ऐकू येत नाही. पण जे समोरच्या रांगेत

बसलेले असतात, त्यांना मात्र स्पष्टपणे ऐकू येतं. अगदी अशाच प्रकारे भक्तसुद्धा परमात्म्याच्या अगदी निकट असल्याने, परमात्म्याकडून प्राप्त होणारी प्रेरणा, संकेत ते व्यवस्थित समजू शकतात, ग्रहण करू शकतात.

कायम परमात्म्याच्या सान्निध्यात राहिल्याने भक्ताच्या हृदयात ज्ञानरूपी दिवा प्रज्वलित होऊ लागतो. खरंतर हा ज्ञानरूपी दिवा प्रत्येकाच्या हृदयात प्रज्वलितच असतो. परंतु सर्वांनाच त्याचा प्रकाश मिळू शकत नाही. कारण ज्ञानरूपी प्रकाश अज्ञानरूपी काजळीने झाकोळलेला असतो. जसं दिवसाच्या प्रहरी आपण आपल्या घराच्या खिडक्या उघडल्यानंतर सूर्यप्रकाश दयावंत होऊन आपल्या घराला प्रकाशित करतो. खिडक्या जोपर्यंत उघड्या आहेत, तोपर्यंत आपल्या दयेचे दरवाजे बंद करण्याचं स्वातंत्र्य सूर्यालादेखील नाही. म्हणजेच सूर्य असेल, तर तो प्रकाश देणारच, हा तर त्याचा स्वभावधर्मच आहे. कारण त्याने जर प्रकाश देणंच बंद केलं, तर त्याला सूर्य तरी कसं म्हणता येईल? परंतु त्याची दया, करुणा तोपर्यंत प्रकट होणार नाही, जोपर्यंत आपण आपल्या घराच्या खिडक्या उघडत नाही. सारांश, सूर्यप्रकाशाचं आगमन त्याच क्षणापासून होतं, जेव्हा त्याच्या मार्गातील सर्व अडथळे दूर झालेले असतात.

मनुष्य जेव्हा गुरूंना ज्ञानप्राप्तीकरिता आपली अनुकूलता दर्शवतो, तेव्हा गुरू त्याच्यावर अनुग्रह करून त्याला स्वयंप्रकाशित होण्याचा मार्ग दर्शवतात.

**● मनन प्रश्न :**

१. परमात्म्याच्या विभूतीबाबत आपण आतापर्यंत काय जाणलं आहे?

२. कोणकोणत्या प्रसंगात आपल्याला कर्म समर्पणाचं विस्मरण घडतं, यावर मनन करा.

३. आपण प्रामाणिकपणे, मनापासून स्वयंप्रकाशित होण्याची सदिच्छा गुरूंकडे व्यक्त केली आहे का?

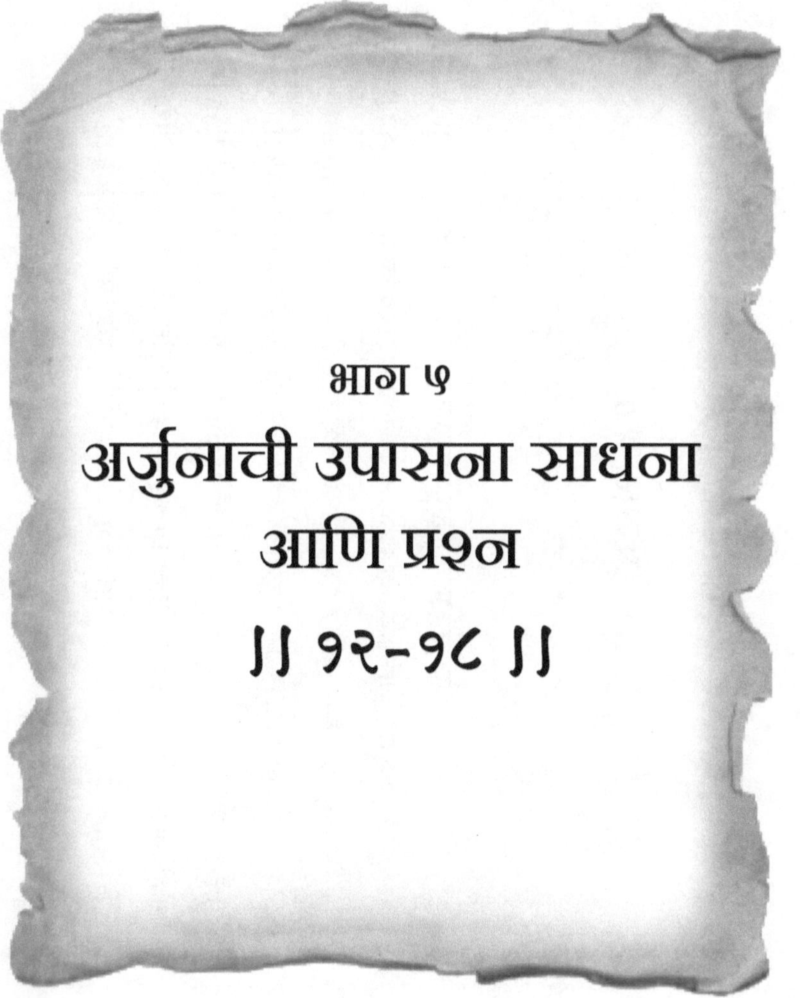

भाग ५

# अर्जुनाची उपासना साधना आणि प्रश्न

॥ १२-१८ ॥

# अध्याय १०

परं ब्रह्म परं धाम पवित्रं परमं भवान्। पुरुषं शाश्वतं दिव्यमादिदेवमजं विभुम् ।।१२ ।।

आहुस्त्वामृषयः सर्वे देवर्षिर्नारदस्तथा । असितो देवलो व्यासः स्वयं चैव ब्रवीषि मे।।१३ ।।

सर्वमेतदृतं मन्ये यन्मां वदसि केशव । न हि ते भगवन्व्यक्तिं विदुर्देवा न दानवाः।।१४ ।।

स्वयमेवात्मनात्मानं वेत्थ त्वं पुरुषोत्तम । भूतभावन भूतेश देवदेव जगत्पते ।।१५ ।।

वक्तुमर्हस्यशेषेण दिव्या ह्यात्मविभूतयः । याभिर्विभूतिभिर्लोकानिमांस्त्वं व्याप्य तिष्ठसि ।।१६ ।।

कथं विद्यामहं योगिंस्त्वां सदा परिचिन्तयन् । केषु केषु च भावेषु चिन्त्योऽसि भगवन्मया ।।१७ ।।

विस्तरेणात्मनो योगं विभूतिं च जनार्दन । भूयः कथय तृप्तिर्हि श्रृण्वतो नास्ति मेऽमृतम् ।।१८।।

## १२-१३

**श्लोक अनुवाद :** अशा प्रकारे श्रीकृष्णांचे वचन ऐकून अर्जुन म्हणाला– हे भगवन! तुम्हीच पुरुषोत्तम भगवान, परमधाम, परमपवित्र, परमसत्य आहात।।१२।।

तुम्हीच शाश्वत, दिव्य, आदिपुरुष, अजन्मा, सर्वव्यापी आहात. नारद, असित, देवल आणि व्यास यांसारख्या महर्षींनीही तुमच्या या सत्याला पुष्टी दिली आणि आता स्वतः तुम्हीही मला तेच सांगत आहात।।१३।।

**गीतार्थ :** मागील काही श्लोकांमध्ये अर्जुनाने श्रीकृष्णाकडून परमात्म्याच्या विभूतींबाबत खूप काही ऐकलं. परमेश्वर हा सर्वव्यापी, सर्वसाक्षी आणि सर्वाभूत कसा आहे, त्याच्यातच सारं विश्व आणि साऱ्या विश्वातदेखील तोच कसा सामावलेला आहे, हे श्रीकृष्णाने त्याला वेळोवेळी समजावलं. कर्मयोग, भक्तियोग, संन्यासयोग इत्यादीच्या माध्यमातून श्रीकृष्णांद्वारे अर्जित केलेलं हे परम गुह्य ज्ञान काही अंशी अर्जुनाच्या हृदयापर्यंत पोहोचल्याने त्याच्या सर्व शंकांचं निरसन होऊ लागलंय. त्यामुळे अर्जुन म्हणतो, हे भगवंता, या विश्वाचं विश्रांतिस्थान, परम ब्रह्मरूपी तेजस्थान, हृदयस्थान हे आपणच आहात, या साऱ्या गोष्टी आता उत्तम प्रकारे माझ्या लक्षात येऊ लागल्या आहेत. आपण या मायापाशापलीकडील आहात, त्यामुळे आपण मायेने बांधले जाऊ शकत नाही. जो जन्म-मृत्यूच्या बंधनाने बांधला जाऊ शकत नाही, जो जन्म-मृत्यूरहित आहे; ज्याला आदि-अंत नाही, जो नित्य आहे, तोही आपणच आहात. आपणच दिव्य, अनादी आणि चराचरात सामावलेले सर्वव्यापी आहात. सर्व ऋषिमुनीदेखील आपल्या स्वरूपाचं असंच वर्णन करतात.

ऋषी म्हणजे ज्यांना परमात्म्याच्या अनुभूतीचा साक्षात्कार घडला आहे असे महापुरुष! ज्यांना परमात्म्याची प्रचिती आली आहे, केवळ असे महापुरुषच त्याच्या स्वरूपाचं यथार्थ वर्णन करू शकतात. देवर्षी नारद, असित, देवल आणि महर्षी व्यासदेखील आपलं असंच वर्णन करतात. नारद, असित, देवल आणि व्यास हे ऋषी म्हणजे क्रमशः कर्म, भक्ती, ज्ञान आणि मोक्ष यांचं प्रतीक आहेत, असं वर्णन पुराणांमध्ये आलं आहे. अर्जुन पुढे म्हणतो, मुख्यतः आपण

स्वतःदेखील आपल्या स्वरूपाविषयी मला हेच सांगत आहात. इथे अर्जुन स्वतः भगवंताचाच दाखला देत आहे. खरंतर अर्जुनाचा श्रीकृष्णांवर अतूट विश्वास असल्याने त्यांचं प्रत्येक वचन तो सत्यच मानतो.

आपण जेव्हा एखाद्या सिद्धान्ताच्या सत्यतेबाबतची पडताळणी करतो, तेव्हा त्या विषयातील तज्ज्ञांच्या मताला अधिक प्राधान्य देतो. ते जर त्या सिद्धान्ताच्या वास्तवतेला बळकटी देत असतील, तर आपलाही विश्वास वाढू लागतो. पण जर त्या विषयातील सर्वेसर्वाच त्यावर मोहर उमटवत असेल, तर मग तिथे शंकेची शक्यताच उरत नाही. इथे अर्जुनाची अवस्थाही अगदी अशीच आहे. परमात्म्याच्या स्वरूपाचं वर्णन खुद्द श्रीकृष्ण परमात्माच करत आहे, त्यामुळे अर्जुनाच्या मनातल्या सर्व शंकांचं सहजच निर्मूलन होत आहे.

## १४-१५

**श्लोक अनुवाद :** हे केशव! तुम्ही मला जे सत्य सांगितले आहे, ते मी पूर्णतया मान्य करतो. हे भगवन! देवता तसेच दानव तुमचं लिलामय स्वरूप* जाणू शकत नाहीत।।१४।।

हे पुरुषोत्तम, हे भूतभावन, भुतेश, देवाधिदेव, हे जगत्पते! खरोखर, तुम्हीच केवळ आपल्या अंतरंग शक्तीद्वारे स्वतःला जाणू शकता।।१५।।

**गीतार्थ :** ज्ञान अनुभवात उतरण्याआधी ते बुद्धीच्या पातळीवर समजून घ्यावं लागतं. बुद्धीला जर ते पटत असेल, तरच मन त्यात समर्पित होतं आणि मग ते ज्ञान हळूहळू अनुभवात उतरू लागतं. आध्यात्मिक ज्ञान तर्काच्या कसोटीवर पारखून घेता येत नाही. कारण ते तर्कसंगत असू शकत

---

**मी अजन्मा आणि अविनाशी आहे, तसंच सर्व प्राण्यांचा ईश्वर असूनही आपल्या प्रकृतीला अधीन करून आपल्याच योगमायेने प्रकट होतो.*

नाही, त्यामुळे तिथे बुद्धीचं समर्पण होणं ही कठीण बाब बनते. हा मनुष्य जे काही सांगत आहे, ते अगदी तसंच आहे, तंतोतंत खरं आहे, यात शंका असण्याची कणभरही शक्यता नाही, असा पूर्ण विश्वास आणि अढळ श्रद्धा ज्ञानदात्याविषयी असते, त्यावेळी आपली बुद्धी समर्पित होते.

अर्जुनाचं मन, बुद्धी, अहंभाव... सारं काही श्रीकृष्णासमोर समर्पित आहे. या क्षणी तो श्रद्धा आणि समर्पणाने युक्त असा ग्रहणशील असलेला साधक आहे, त्यामुळे श्रीकृष्ण जे काही सांगत आहेत, ते सत्यच आहे, असा त्याचा ठाम विश्वास असतो. म्हणून तो म्हणतो, ‘‘हे केशवा, आपण जे काही मला सांगत आहात, ते सारं सत्यच आहे, याची मला खात्री आहे.’’

अर्जुन पुढे म्हणतो, ‘‘आपलं हे लीलामय स्वरूप न दानव जाणतात, न देवता.’’ याचाच अर्थ, ईश्वर बनूनच ईश्वराचा अनुभव घेता येतो. इथे दानव, देवता, मानव... या साऱ्या मानवी प्रवृत्ती आहेत. असुरी वृत्तीचा मनुष्य म्हणजे दानव, दैवी सद्‌गुणांनी युक्त असे लोक म्हणजे देवता आणि सर्वसाधारण प्रवृत्तीचे जे लोक असतात, ते मानव अशा श्रेणींत यांची विभागणी होते. यांपैकी कोणत्याही प्रकारचा मनुष्य असो, तो जेव्हा अहंकाररहित होऊ शकेल, तेव्हाच त्याला त्या विधात्याची अनुभूती, प्रचिती येऊ शकेल. त्याचा ‘व्यक्तिगत मी’ जेव्हा ‘सर्वव्यापी मी’मध्ये विलीन होईल, सामावून जाईल, तेव्हाच हे शक्य होऊ शकेल. असं झाल्यानंतर केवळ ईश्वरच शेष राहतो, इतर काहीही तेथे शिल्लक राहत नाही. म्हणूनच अर्जुन पुढे म्हणतो, ‘आपण स्वतःच स्वतःला जाणत असता.’ म्हणजेच स्वानुभवात, अनुभवकर्ताच अनुभवात अनुभवाचा अनुभव घेत असतो.

## १६

**श्लोक अनुवाद :** म्हणून हे भगवन्! ज्या दिव्य विभूतींद्वारे तुम्ही सर्व ग्रहलोकाला व्यापून टाकलं आहे, त्या अलौकिक ऐश्वर्याचं कृपया मला सविस्तर वर्णन सांगा।।१६।।

**गीतार्थ :** श्रीकृष्णाने अर्जुनाला तत्त्वज्ञान दिलं, त्याला आपल्या मूळ निर्गुण निराकार स्वरूपाचा परिचय करून दिला; परंतु अर्जुन अजूनही स्वानुभवात स्थापित झालेला नाही. तो साधकाची अवस्था पार करत, आता एका भक्ताच्या अवस्थेप्रत पोहोचला आहे आणि ईश्वराचं विशाल स्वरूप जाणून घेण्यासाठी उत्सुक आहे. त्यामुळेच तो श्रीकृष्णाकडे प्रार्थना करतोय, की त्याने आपल्यासमोर त्याच्या दिव्य विभूतींचं म्हणजेच आपल्या अलौकिक उच्च स्वरूपाचं सविस्तर वर्णन करावं.

परमात्मा आपल्या वेगवेगळ्या स्वरूपांनी, म्हणजेच विभूतींनी या संपूर्ण सृष्टीला व्यापून राहिला आहे. या जगात जे काही दिसतंय, ते सगळं ईश्वराची विभूतीच आहे. मात्र कुठं त्याचं अस्तित्व थोडं कमी प्रकटलंय, तर कोणामध्ये अधिक. परंतु सर्व काही त्याचंच स्वरूप आहे. अर्जुनाला त्याचं हेच स्वरूप विस्ताराने जाणून घ्यायची इच्छा आहे म्हणून तो त्याची इच्छा श्रीकृष्णांसमोर व्यक्त करतोय.

## १७-१८

**श्लोक अनुवाद :** हे योगेश्वरा! मी तुमचं निरंतर चिंतन कसं करावं आणि तुम्हाला कसं जाणावं? हे भगवन्! कोणकोणत्या विविध रूपांत मी तुमचं स्मरण करावं?॥१७॥

आणि हे जनार्दन! आपल्या योगशक्तीचं आणि ऐश्वर्याचं विस्तारपूर्वक वर्णन कृपा करून मला सांगा. कारण, तुमच्याविषयीच श्रवण करून मी कधीही तृप्त होत नाही. मी जितकं जास्त श्रवण करतो तितकं अधिक मला तुमच्या अमृतमयी वचनांचं रसास्वादन करण्याची उत्कंठा लागते॥१८॥

**गीतार्थ :** एखादा साधक जेव्हा आत्मसाक्षात्काराची अवस्था प्राप्त करतो, तेव्हा साहजिकच त्याला 'सर्वव्यापी परमेश्वर' अथवा 'कणाकणांत भगवंत' या संकल्पनेची अनुभवाद्वारे प्रचिती येऊ लागते. परंतु ही अवस्था प्राप्त

करण्याआधी साधक भक्तीमध्ये आपली बुद्धी आणि भावनेच्या बळावरच सर्वांमध्ये ईश्वराला पाहण्याचा प्रयत्न करतो. त्याने आपल्या गुरुवाणीतून 'सर्वांभूति परमेश्वर' असं ऐकलेलं असतं. 'सर्वांमध्ये त्या उच्च चेतनेचा निवास आहे,' याची प्रचिती त्याला नसेलही कदाचित. परंतु गुरूंच्या वचनांवर पूर्ण विश्वास असल्याने तो ईश्वराला वेगवेगळ्या भावांनी विभिन्न गोष्टींत अथवा निरनिराळ्या जीवांमध्ये पाहण्याचा, शोधण्याचा प्रयत्न करत असतो.

जे लोक संन्यास घेऊन जंगलात अथवा गुंफांमध्ये जाऊन जप-तप करतात, खरंतर ते स्वतःच्या अंतरंगातच आत्मतत्त्व शोधण्याचा प्रयत्न करत असतात. परंतु या प्रापंचिक जगात वावरणाऱ्या साधकांना मात्र सर्वांभूती भगवंत दर्शनाचं सूत्र हेच अत्यंत प्रभावशाली ठरतं. कारण असं झालं तरच ते ईश्वरचिंतनात अखंड लीन राहू शकतात. ज्या ज्या गोष्टी दिसत असतात, त्यात ईश्वराचं अस्तित्व पाहणं, हीच त्यांची निरंतर साधना असते.

अर्जुनदेखील याच प्रापंचिक जगतात राहणारा साधक आहे, त्यामुळेच आपण ईश्वराचं अखंड चिंतन कसं करावं... त्याला कसं जाणावं... कोणकोणत्या विभूतींद्वारे म्हणजेच कोणकोणत्या स्वरूपात त्याचं दर्शन घ्यावं... मित्र, दास, भक्त, सखा, पुत्र अशा कोणत्या भावाने त्याचं चिंतन करावं, हे तो जाणून घेऊ इच्छितो.

उदाहरणार्थ, काही लोक एखाद्या वृक्षालाच ईश्वरस्वरूप मानून त्याची पूजा करतात. काही लोक अग्नीला ईश्वराची विभूती, त्याचं प्रतीक मानतात तर काही आपल्या आई-वडिलांना, काही आपल्या गुरूंना, तर काही एखाद्या मूर्तीला अथवा प्रतिमेला ईश्वर मानून त्याची पूजा करतात. काही ईश्वराला प्रियकराच्या रूपात, वडिलांच्या रूपात, स्वामींच्या रूपात, तर काही मित्राच्या रूपात पूजतात. अर्जुनाचीदेखील त्याचे योग्य भाव आणि स्वरूप श्रीकृष्णांकडून जाणून घेण्याची इच्छा होती.

**● मनन प्रश्न :**

१. आपल्या आयुष्यात सदेह गुरूंचं आगमन झालंय का? झालं असेल, तर आपण आपल्या गुरूप्रति किती समर्पित आहात?

२. तार्किक बुद्धीमध्ये गुंतलेल्या आपल्या मनाची ग्रहणशीलता तपासून पाहा.

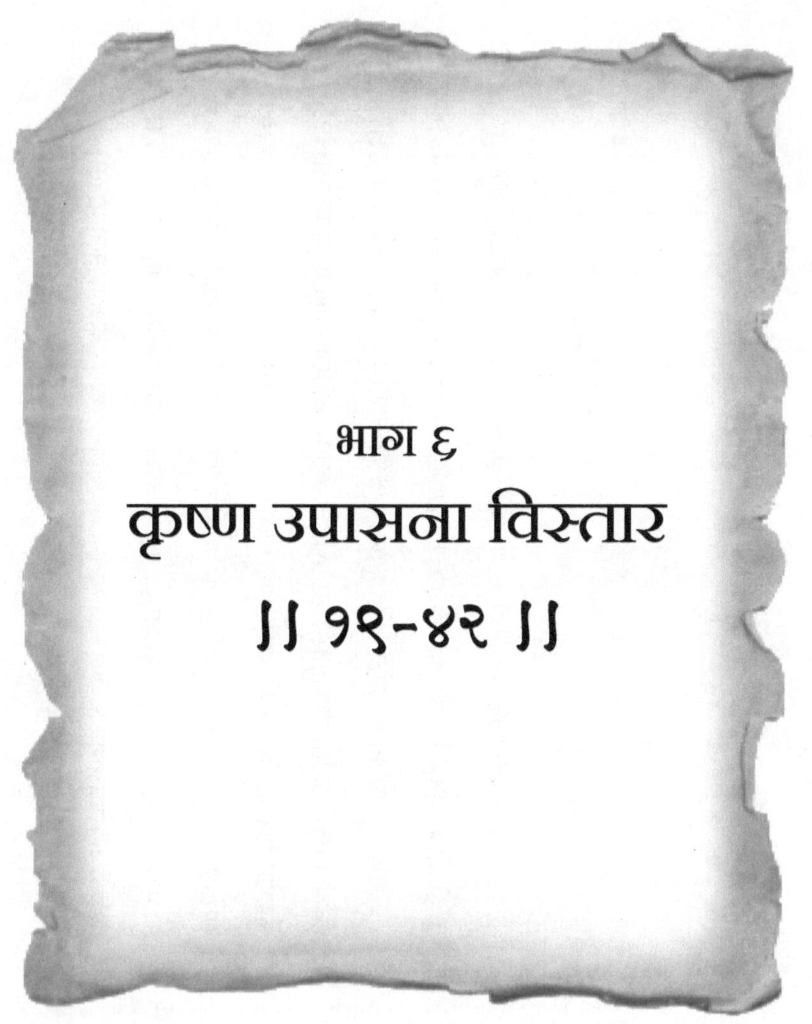

भाग ६

# कृषण उपासना विस्तार

॥ १९-४२ ॥

# अध्याय १०

हन्त ते कथयिष्यामि दिव्या ह्यात्मविभूतयः। प्राधान्यतः कुरुश्रेष्ठ नास्त्यन्तो विस्तरस्य मे ।।१९।।

अहमात्मा गुडाकेश सर्वभूताशयस्थितः । अहमादिश्च मध्यं च भूतानामन्त एव च।।२०।।

आदित्यानामहं विष्णुर्ज्योतिषां रविरंशुमान्। मरीचिर्मरुतामस्मि नक्षत्राणामहं शशी ।।२१।।

वेदानां सामवेदोऽस्मि देवानामस्मि वासवः। इंद्रियाणां मनश्चास्मि भूतानामस्मि चेतना।।२२।।

रुद्राणां शङ्करश्चास्मि वित्तेशो यक्षरक्षसाम् । वसूनां पावकश्चास्मि मेरुः शिखरिणामहम् ।।२३ ।।

पुरोधसां च मुख्यं मां विद्धि पार्थ बृहस्पतिम्। सेनानीनामहं स्कन्दः सरसामस्मि सागरः ।।२४।।

महर्षीणां भृगुरहं गिरामस्म्येकमक्षरम् । यज्ञानां जपयज्ञोऽस्मि स्थावराणां हिमालयः ।।२५।।

अश्वत्थः सर्ववृक्षाणां देवर्षीणां च नारदः। गन्धर्वाणां चित्ररथः सिद्धानां कपिलो मुनिः ।।२६।।

# अध्याय १०

उच्चैःश्रवसमश्वानां विद्धि माममृतोद्भवम् । एरावतं गजेन्द्राणां नराणां च नराधिपम् ।।२७ ।।

आयुधानामहं वज्रं धेनूनामस्मि कामधुक् । प्रजनश्चास्मि कन्दर्पः सर्पाणामस्मि वासुकिः ।।२८ ।।

अनन्तश्चास्मि नागानां वरुणो यादसामहम् । पितॄणामर्यमा चास्मि यमः संयमतामहम् ।।२९ ।।

प्रह्लादश्चास्मि दैत्यानां कालः कलयतामहशम् । मृगाणां च मृगेन्द्रोऽहं वैनतेयश्च पक्षिणाम् ।।३०।।

पवनः पवतामस्मि रामः शस्त्रभृतामहम् । झषाणां मकरश्चास्मि स्रोतसामस्मि जाह्नवी ।।३१ ।।

सर्गाणामादिरन्तश्च मध्यं चैवाहमर्जुन । अध्यात्मविद्या विद्यानां वादः प्रवदतामहम् ।।३२ ।।

अक्षराणामकारोऽस्मि द्वंद्वः सामासिकस्य च । अहमेवाक्षयः कालो धाताहं विश्वतोमुखः।।३३ ।।

मृत्युः सर्वहरश्चाहमुद्भवश्च भविष्यताम् । कीर्तिः श्रीर्वाक्च नारीणां स्मृतिर्मेधा धृतिः क्षमा।।३४ ।।

# अध्याय १०

बृहत्साम तथा साम्नां गायत्री छन्दसामहम् । मासानां मार्गशीर्षोऽहमृतूनां कुसुमाकरः ।।३५ ।।

द्यूतं छलयतामस्मि तेजस्तेजस्विनामहम् । जयोऽस्मि व्यवसायोऽस्मि सत्त्वं सत्त्ववतामहम् ।।३६।।

वृष्णीनां वासुदेवोऽस्मि पाण्डवानां धनञ्जयः । मुनीनामप्यहं व्यासः कवीनामुशना कविः ।।३७ ।।

दण्डो दमयतामस्मि नीतिरस्मि जिगीषताम् । मौनं चैवास्मि गुह्यानां ज्ञानं ज्ञानवतामहम् ।।३८ ।।

यच्चापि सर्वभूतानां बीजं तदहमर्जुन । न तदस्ति विना यत्स्यान्मया भूतं चराचरम् ।।३९ ।।

नान्तोऽस्ति मम दिव्यानां विभूतीनां परन्तप । एष तूद्देशतः प्रोक्तो विभूतेर्विस्तरो मया ।।४० ।।

यद्यद्विभूतिमत्सत्त्वं श्रीमदूर्जितमेव वा । तत्तदेवावगच्छ त्वं मम तेजोंऽशसम्भवम् ।।४१ ।।

अथवा बहुनैतेन किं ज्ञातेन तवार्जुन । विष्टभ्याहमिदं कृत्स्नमेकांशेन स्थितो जगत् ।।४२ ।।

## १९

**श्लोक अनुवाद :** अशा प्रकारे अर्जुनाने विचारल्यानंतर श्री भगवान म्हणाले–हे कुरुश्रेष्ठा, मी तुला माझ्या दिव्य विभूतींविषयी सांगेन; कारण, हे अर्जुना! माझ्या विस्ताराला अंत नाही, ते अनंत आहे।।१९।।

**गीतार्थ :** या चराचर सृष्टीत जे काही सामावलेलं आहे, ते सर्व खरंतर ईश्वराचंच स्वरूप आहे, त्या साऱ्या त्याच्याच विभूती आहेत. आपल्या एखाद्या स्वरूपात तो सुप्तावस्थेत असतो, तर एखाद्या स्वरूपात आंशिक रूपात, कधी तो पूर्णपणे जागृतावस्थेत असतो. अशा प्रकारे त्याच्या विस्ताराला अंतच नाही. त्यामुळे त्याच्या विभूतींनाही अंत नाही. म्हणून त्या सर्वच समजून घेता येऊ शकत नाहीत, पूर्णपणे जाणता येत नाही. तरीही श्रीकृष्ण अर्जुनाला समजू शकतील अशा आपल्या काही प्रमुख दिव्य विभूतींचं वर्णन करत आहेत.

## २०

**श्लोक अनुवाद :** हे अर्जुना! सर्व जीवांच्या अंतर्यामी स्थित असणारा परमात्मा मीच आहे. शिवाय मीच सर्व जीवांचा आदि, मध्य आणि अंतही आहे।।२०।।

**गीतार्थ :** ईश्वरच सर्व जीवांमध्ये असलेली चैतन्यशक्ती आहे, ज्यामुळे ही समस्त जीवसृष्टी अस्तित्वात आहे. शिवाय ही शक्तीच सर्व जीवांना चालना देत असते. तीच त्यांच्यात जीवन बनून उपस्थित असते. ही चैतन्यशक्ती नसेल, तर ही जीवसृष्टी पार्थिवासमान आहे. मन, बुद्धी, अहंकार, प्राणवायू आणि शरीर म्हणजे त्या चैतन्यशक्तीचं आवरण आहेत. या आवरणाच्या आतदेखील तेच एक तत्त्व प्रकाशित आहे, जे चिरंतन राहणार आहे. ज्याचा न आदी आहे, न अंत. समुद्राच्या लाटा जशा समुद्रातूनच निर्माण होतात, त्यातच उसळतात आणि मग त्यातच पुन्हा विलीन होऊन जातात, अगदी अशाच प्रकारे सर्व जीव त्या चेतनेतूनच जन्माला येतात. त्या चेतनेतच क्रियाशील आहेत आणि त्यातच विलीनदेखील होत आहेत.

## २१-२२

**श्लोक अनुवाद :** आणि हे अर्जुना! आदित्यांच्या बारा पुत्रांमध्ये मी विष्णू आहे,

तेजस्व्यांमध्ये* देदीप्यमान सूर्य मी आहे, मरुद्गणांमध्ये मरिची मी आहे आणि नक्षत्रांमध्ये चंद्रदेखील मीच आहे॥२१॥

आणि– वेदांमध्ये सामवेद मी आहे, देवतांमध्ये स्वर्गाचा राजा इंद्र मी आहे, इंद्रियांमध्ये मन मी आहे आणि प्राणिमात्रांमधील चेतना अर्थात जीवनशक्ती मी आहे॥२२॥

**गीतार्थ :** सकल सृष्टी ही त्या विधात्याची विभूती (स्वरूप) आहे. त्या विभूतींमध्येसुद्धा काही अशा दिव्य विभूती आहेत, ज्यांना इतरांहून श्रेष्ठ समजलं जातं. काही दिव्य विभूतींना तर प्रत्यक्ष परमेश्वरस्वरूपच समजलं जातं. म्हणजेच लोक त्यांच्यामध्ये अगदी सहजतेने ईश्वराची अनुभूती घेऊ शकतात. त्यांचं चिंतन केल्याने ईश्वराचं चिंतन घडतं. त्यांच्यावर लक्ष केंद्रित केल्याने ईश्वरी गुणांवर ध्यान जातं. कारण त्यांच्यातील दिव्य गुण ईश्वरीय गुणांच्या निकट असतात. म्हणून पुढच्या काही श्लोकांमध्ये श्रीकृष्ण त्याकाळी मानल्या गेलेल्या दिव्य विभूतींचं वर्णन करत आहेत, ज्यांना ते आपल्या समीप पाहतात.

श्रीकृष्ण म्हणतात, अदितीच्या पुत्रांपैकी विष्णू आणि सूर्य मी आहे. पुराण ग्रंथांत अदितीला देवतांची माता असं संबोधलं गेलं आहे. संपूर्ण जगाला प्रकाशमान करणाऱ्या आणि अखिल जीवसृष्टीला जीवन प्रदान करणाऱ्या सूर्यालाही तिचा पुत्र असंच म्हटलं गेलंय. त्याचबरोबर विष्णूच्या वामनावताराचीदेखील अदिती हीच माता आहे. श्रीकृष्ण सूर्य आणि वामनरूपी विष्णू हीदेखील ईश्वराचीच दिव्य विभूती असल्याचं सांगत आहेत, ज्यांत ईश्वराची अधिकाधिक अनुभूती घेता येऊ शकते.

यानंतर ते म्हणतात, मी वेगवेगळ्या प्रकारच्या वायूंची गती आणि त्यांचं तेज मी आहे, सर्व नक्षत्रांचा अधिपती असलेला चंद्र म्हणजे मीच

---

**एकोणचाळीस मरुतांच्या नावांमध्ये 'मरिची' हे नाव कुठेही आढळत नाही. यासाठीच मरिचीला मरुत न मानता सर्व मरुत गणांचं तेज किंवा किरणं मानलं गेलं आहे.*

आहे. सर्व वेदांमध्ये श्रेष्ठ असलेला सामवेद, देवांचा राजा इंद्र, इंद्रियांमध्ये मन आणि जीवांमधील चैतन्यशक्ती मीच आहे. म्हणजे श्रीकृष्ण एकप्रकारे असंच म्हणत आहेत, की ज्या ज्या क्षेत्रांत काही श्रेष्ठ आहे, सर्वोत्तम आहे, ती सर्व माझीच दिव्य विभूती आहे. त्यातही मी सर्वाधिक प्रमाणात जागृत आहे.

## २३-२४

**श्लोक अनुवाद :** आणि– मी सर्व रुद्रांमध्ये शंकर मी आहे, यक्ष आणि राक्षसांमध्ये धनाचा स्वामी कुबेर मी आहे, वसूंमध्ये अग्नी मी आहे आणि सर्व पर्वतांमध्ये सुमेरू पर्वतही मीच आहे।।२३।।

आणि– हे अर्जुना! पुरोहितांमधील प्रमुख पुरोहित बृहस्पती मीच असल्याचे जाण. सेनापतींमध्ये कार्तिकेय मी आहे आणि हे पार्थ! जलाशयांमध्ये सागरदेखील मीच आहे।।२४।।

**गीतार्थ :** शास्त्रांमध्ये भगवान शिवशंकरांच्या अकरा रुद्रावतारांचं वर्णन आलेलं आहे, ज्यांत शंकराचा अवतार हा मुख्य मानला जातो. यक्ष आणि राक्षसगणांमध्ये धनाचा स्वामी असलेल्या कुबेरास सर्वश्रेष्ठ मानलं जातं. अशाच प्रकारे अग्नी आणि सुमेरू पर्वत हेही आपापल्या गणांमध्ये श्रेष्ठ आहेत. पुरोहितांमध्ये गुरू बृहस्पती, सेनापतींमध्ये स्कंद आणि जलाशयांमध्ये सागराला प्रमुख समजलं जातं. जे प्रमुख आहे, दृष्टीच्या पलीकडील आहे, जे श्रेष्ठ आहे, ते सगळं म्हणजे त्या परमेश्वराच्याच, दिव्य विभूती होय. म्हणून श्रीकृष्ण म्हणतात, 'या सर्वांत तू माझंच दर्शन घे.'

## २५-२६

**श्लोक अनुवाद :** आणि हे अर्जुना! महर्षींमध्ये भृगू मी आहे, ध्वनीमध्ये दिव्य ॐकार मी आहे. यज्ञांमध्ये जपयज्ञही मीच आहे आणि अविचल पदार्थांमध्ये हिमालयदेखील मीच आहे।।२५।।

आणि– सर्व वृक्षांमध्ये पिंपळ मी आहे आणि सर्व देवर्षींमध्ये नारद मी आहे. गंधर्वांमध्ये चित्ररथ मी आहे आणि सर्व सिद्ध पुरुषांमध्ये कपिलमुनीही मीच आहे।।२६।।

**गीतार्थ :** आपल्या या उपदेशाचा अधिक विस्तार करताना श्रीकृष्ण म्हणतात, 'महर्षींमध्ये भृगुऋषी मी आहे.' पुराणांमध्ये सप्तर्षींना सर्वश्रेष्ठ ऋषी असं म्हटलं गेलंय आणि त्यांतही भृगुऋषी हे मुख्य आहेत, ज्यांना प्रथम पुरुष मनूचे पुत्र असं संबोधलं जातं. पुढे श्रीकृष्ण स्वतःला ओंकारस्वरूप असल्याचं सांगत आहेत. शब्दांमध्ये ओंकार अर्थात 'ॐ' हे सर्वाधिक पवित्र मानलं जातं, कारण या ओंकाराला ब्रह्मांडाचा ध्वनी असं म्हटलं जातं. हे संपूर्ण ब्रह्मांड या एकाच स्वराच्या सुरात सूर मिसळून चाललंय शिवाय हा ईश्वरीय ध्वनी आहे.

यानंतर श्रीकृष्ण सर्व प्रकारच्या यज्ञांमध्ये जपयज्ञ आणि अचल गोष्टींमध्ये हिमालय हे आपलं स्वरूप असल्याचं सांगत आहेत. जप साधना ही सर्वाधिक सहज आणि सोपी अशी ईश्वरीय साधना आहे. यात एखाद्या मंत्राच्या अथवा नामाच्या साहाय्याने ईश्वरावर ध्यान केंद्रित केलं जाऊ शकतं. जसं, वृक्षांमध्ये पिंपळाला श्रेष्ठ मानलं जातं, कारण यात अनेकानेक उत्तम गुणधर्म आहेत. त्याचबरोबर हा वृक्ष दीर्घायू आहे आणि रात्रीच्या वेळीदेखील ऑक्सिजनच उत्सर्जित करत असतो. त्यानंतर श्रीकृष्ण देवर्षींमध्ये नारद मुनी, गंधर्वांमध्ये चित्ररथ आणि सिद्ध मुनींमध्ये कपिल मुनी हे आपलं स्वरूप असल्याचं सांगत आहेत. कारण यातील प्रत्येक जण आपापल्या क्षेत्रांत श्रेष्ठ आहेत.

## २७-२८

**श्लोक अनुवाद :** आणि हे अर्जुना! अमृतप्राप्तीकरिता केलेल्या समुद्रमंथनातून उत्पन्न झालेल्या अश्वांमधील उच्चैःश्रवा मीच आहे. गजेंद्रांमध्ये ऐरावत मी आहे आणि मनुष्यांमध्ये राजादेखील मलाच जाण।।२७।।

आणि हे अर्जुना! सर्व आयुधांमध्ये वज्र मी आहे, गायींमध्ये कामधेनू मी आहे. प्रजोत्पादनास कारण असणारा कामदेव मी आहे आणि सर्पांमध्ये वासुकी मी आहे॥२८॥

**गीतार्थ :** जुन्या ग्रंथांत समुद्र मंथनाची एक रूढ कथा प्रचलित आहे. त्यात देव आणि दानव दोघांनी मिळून समुद्र मंथन केल्याचं वर्णन येतं. या मंथनातून त्यांना बहुमूल्य रत्नं, अमृत, हलाहल, लक्ष्मी, तसंच अन्य श्रेष्ठ वस्तू आणि जीवांची प्राप्ती झाली होती. त्यातच उच्चैःश्रवा नावाचा घोडा आणि ऐरावत नावाचा हत्तीदेखील होता, जे सर्वश्रेष्ठ समजले जातात. जसं, मनुष्य योनीत राजाला श्रेष्ठ पुरुष मानलं जातं. म्हणून श्रीकृष्ण या तिघांसंदर्भात त्या आपल्या दिव्य विभूती असल्याचं सांगत आहेत.

श्रीकृष्ण पुढे सांगतात, 'अशाच प्रकारे देवांचा राजा इंद्र याचं शस्त्र असलेलं वज्र, प्रत्येक इच्छा पूर्ण करू शकेल अशी गोवंशातील गाय म्हणजे कामधेनू आणि वासनारहित होऊन शास्त्रोक्त पद्धतीने केवळ प्रजोत्पादनासाठी निमित्त ठरलेला काम म्हणजेदेखील परमेश्वराचंच दिव्य स्वरूप आहे.'

## २९-३०

**श्लोक अनुवाद :** तथा- नागांमध्ये[१] शेषनाग मी आहे आणि जलचरांमध्ये मी वरुण आहे. पितरांमध्ये अर्यमा मी आहे आणि मृत्यूचा नियंता यमराजही मीच आहे॥२९॥

आणि हे अर्जुना! दैत्यांमध्ये भक्त प्रल्हाद, दमन करणाऱ्यांमध्ये काळ[२], पशूंमध्ये सिंह आणि पक्ष्यांमध्ये गरुड मी आहे॥३०॥

**गीतार्थ :** सरपटणाऱ्या प्राण्यांमध्ये नाग आणि साप या सर्पकुळातीलच दोन

---

*१. नाग आणि साप या सापांच्या दोन जाती आहे.*

*२. क्षण, दिवस, पंधरवडा, महिना यांमध्ये जो काळ आहे तो मीच आहे.*

जाती आहेत. पुराण ग्रंथांत, सर्पकुळात आणि नागवंशामध्ये शेषनागाला विशेष महत्त्व आहे. कारण शेषनाग हे भगवान श्रीविष्णूंचं शयनासन मानलं जातं. शिवाय असाही एक समज प्रचलित आहे, की या शेषनागानेच आपल्या फण्यांवर या पृथ्वीला तोलून धरलं आहे. म्हणूनच श्रीकृष्ण नागांमध्ये शेषनागाला आपली दिव्य विभूती असल्याचं सांगत आहेत. देवतागणांमध्ये वरुणदेवतेला प्रमुख मानलं गेलं आहे, कारण ती पर्जन्यदेवता आहे आणि पाण्यामुळेच या जीवसृष्टीचा विकास होतो. या जीवसृष्टीत सर्वप्रथम जलचरांचीच उत्पत्ती झाली आणि जल हेच जीवन असंही म्हटलं जातं. त्यामुळे श्रीकृष्ण जल हे आपलंच स्वरूप असल्याचं सांगत आहेत.

दैत्यकुळातील भक्त प्रल्हादाची कथा तर आपण ऐकलीच असेल. ज्यांच्या रक्षणाकरिता स्वतः श्री भगवान विष्णूंना नरसिंह अवतार धारण करावा लागला. आपल्या निस्सीम भक्तीमुळेच प्रल्हाद हे दैत्यकुळातील त्यांचे सर्वश्रेष्ठ वंशज ठरतात. त्यांच्यातील दिव्य गुणांमुळेच ते ईश्वराची विभूती ठरतात. यानंतर श्रीकृष्ण क्षण, घटिका, दिवस, पक्ष, मास इत्यादींत विभागला जाणारा काळ, तसंच मृगराज सिंह आणि श्री विष्णूंचं वाहन असलेला गरुड यांनाही ते आपलंच स्वरूप असल्याचं सांगत आहेत.

## ३१

**श्लोक अनुवाद :** आणि– पवित्र करणाऱ्यांमध्ये मी वायू आहे, शस्त्र धारण करणाऱ्यांमध्ये श्रीराम मी आहे, मत्स्यांमध्ये मगर मी आहे आणि नद्यांमध्ये भागीरथी गंगा नदी मी आहे।।३१।।

**गीतार्थ :** वायू, सृष्टीचं हे जीवनचक्र स्वस्थ, निरामय आणि गतिमान ठेवतो. स्वच्छ सूर्यप्रकाश आणि प्रदूषणविरहित, पवित्र वायू या गोष्टी जीवसृष्टीसाठी अत्यावश्यक साधनं ठरतात. म्हणून त्या विधात्याचं, सेल्फचं सर्वोत्तम स्वरूप ठरतात. श्रीरामचंद्रांना मर्यादा पुरुषोत्तम असं म्हटलं जातं. त्यांनी कधीही आपल्या स्वार्थाच्या पूर्ततेसाठी शस्त्राचा अवलंब केला नाही. नेहमी

जनकल्याणाकरिता आणि दुष्टांच्या संहारासाठीच त्यांनी शस्त्र उचललं. त्यांनी सदैव शत्रूचाही सन्मान केला, त्यांच्याविषयी आपल्या मनात कोणताही आकस बाळगला नाही. युद्ध करतानाही त्यांनी नेहमी युद्धनीतीचं, मर्यादांचं पालन केलं. त्यामुळेच त्यांना शस्त्रधारींमध्ये सर्वश्रेष्ठ समजलं जातं. जलचरांमध्ये मत्स्यवर्गात मगर आणि नद्यांमध्ये गंगा ही सर्वश्रेष्ठ नदी आहे, त्यामुळे त्यांनादेखील ईश्वराची दिव्य विभूती असं म्हटलं गेलंय.

## ३२

**श्लोक अनुवाद :** आणि हे अर्जुना! संपूर्ण सृष्टीचा आदी, अंत आणि मध्यही मीच आहे. सर्व विद्यांमध्ये अध्यात्मविद्या, ब्रह्मविद्या आणि तर्कशास्त्रींमध्ये निर्णायक सत्य मी आहे।।३२।।

**गीतार्थ :** श्रीकृष्ण म्हणतात, ''मी आपल्या कोणकोणत्या विभूतींचं वर्णन करावं, कारण हे सर्वकाही माझ्यातूनच निर्माण झालं आहे. मीच या समस्त सृष्टीचा आदी, अंत आणि मध्यही आहे. सर्वांची उत्पत्ती, स्थिती आणि लय हा माझ्याच संकल्पातून प्रकट होत असतो. सर्वकाही माझ्यातूनच उत्पन्न होत असल्याने, ते सर्वकाही माझ्यातच सामावलेलं आहे आणि शेवटी माझ्यातच विलीनही होत आहे. मी सर्वव्यापी आहे. माझ्याहून वेगळं असं काहीही नव्हतं, नाही आणि नसेल.''

ईश्वराची अनुभूती आणि प्रचिती घडवणाऱ्या विद्येला अध्यात्म विद्या अथवा ब्रह्मविद्या असं म्हटलं गेलंय. गीतेतील ज्ञान हीदेखील खरंतर ब्रह्मविद्याच आहे. ही विद्या इतर सर्व विद्यांमध्ये सर्वश्रेष्ठ आहे, कारण तिच्यामुळे आपल्याला स्वानुभव प्राप्त होतो. म्हणून श्रीकृष्ण ही विद्या म्हणजे आपलंच स्वरूप असल्याचं सांगतात.

त्याचप्रमाणे वादविवाद, परिसंवादही अनेक प्रकारचे असतात. कधी त्यांतून एखादा ठोस निर्णय समोर आल्याने ते सार्थक ठरतात, तर कधी कोणताही निष्कर्ष न निघाल्याने ते निरुद्देश ठरतात. असे वादविवाद

आपल्यातील ऊर्जा आणि आपला वेळ दोन्हीही व्यर्थ घालवतात. त्याचबरोबर ते आपल्यातील क्रोध, अहंकार यांसारख्या विकारांना खत-पाणी घालतात. श्रीकृष्ण म्हणतात, "जो वाद मनुष्याला एखाद्या तत्त्वनिर्णयाप्रत पोहोचवतो, तसंच ज्यातून आपल्याला तत्त्वबोध घडतो, तो वाद सर्वश्रेष्ठ होय." पुराणकाळी ज्ञानी, विद्वान एखादं तत्त्वज्ञान समाजासमोर मांडण्यासाठी असेच सकारात्मक शास्त्रार्थ करत असत. असे वादही, 'ते आपलंच स्वरूप' असल्याचं श्रीकृष्ण सांगतात.

## ३३-३४

**श्लोक अनुवाद :** तसंच अक्षरांमध्ये 'अ'कार मी आहे आणि समासांमध्ये द्वंद्व समास मी आहे. अविनाश काळही मीच आहे आणि सृष्टिकर्त्यांमध्ये ब्रह्मदेवदेखील मीच आहे।।३३।।

हे अर्जुना! सर्वांचा नाश करणारा मृत्यू मी आहे आणि भविष्यामध्ये अस्तित्वात येणाऱ्या प्रत्येक वस्तूंच्या उत्पत्तीचं कारणही मीच आहे. स्त्रियांमध्ये कीर्ती*, ऐश्वर्य, मधुर वाणी, स्मृती, बुद्धी, दृढता आणि क्षमादेखील मीच आहे।।३४।।

**गीतार्थ :** भाषेत स्वरांना खूपच महत्त्व असतं. स्वरांशिवाय भाषा लिहिता-बोलता येऊच शकत नाही. या स्वरांमध्येही 'अ'कार हा सर्वप्रथम, सर्वाधिक प्रचलित आणि सर्वाधिक महत्त्वपूर्ण आहे. म्हणून श्रीकृष्ण भाषेतील या स्वरास, ती आपलीच सर्वोच्च अभिव्यक्ती असल्याचं सांगतात. अशाच प्रकारे संस्कृत भाषेत द्वंद्व समास हा विशेष महत्त्वाचा आहे. या समासामुळे दोन शब्दांची संधी होऊन एक संयुक्त आणि अर्थपूर्ण असा सामासिक शब्द तयार होतो. जसं - 'पाप' आणि 'पुण्य' हे शब्द एकत्र येऊन 'पाप-पुण्य' असं

---

**कीर्ती* - *सात देवतांच्या स्त्रिया आणि स्त्रीवाचक नाव असणारे गुणदेखील प्रसिद्ध आहेत. यासाठी दोन्ही प्रकारांनी याच ईश्वराच्या विभूती आहेत.*

लिहिलं जातं. या समासाच्या याच गुणामुळे, महत्त्वामुळे आणि उपयुक्ततेमुळे श्रीकृष्ण या द्वंद्व समासाला आपलीच विभूती असल्याचं सांगत आहेत.

यानंतर श्रीकृष्ण म्हणतात, ''काळाचाही काळ असलेला महाकाळ आणि सर्वांचा पालनकर्तादेखील मीच आहे. ज्याद्वारे सर्व जीव या नाशवंत शरीराचा त्याग करतात, ती मृत्यूची प्रक्रिया आणि ज्याद्वारे जीव हे स्थूल शरीर धारण करतो, ती जननप्रक्रियादेखील मीच आहे. जीवांच्या जन्माचं कारणदेखील मीच आहे.''

गुरू जेव्हा साधकाला सांगतात, 'कणाकणांत ईश्वराच्या उपस्थितीची अनुभूती घ्या,' तेव्हा तो साधक सर्व जड आणि सचेतन गोष्टींमध्ये ईश्वराला पाहण्याचा प्रयत्न करू लागतो. परंतु या अध्यायात श्रीकृष्णांनी किती वैविध्यपूर्ण पद्धतीने आपल्या स्वरूपाविषयी सांगितलं आहे. भाषा, वाद, तर्क, जन्म, मृत्यू, गुण, अवगुण, कला, विद्या, भाव, विचार... या सर्वांमध्ये ईश्वरच सामावलेला आहे, त्याच्या व्यतिरिक्त इतर काहीही नाही.

याच क्रमाने ते पुढे सांगतात, स्त्रियांमध्ये असलेल्या विशेष गुणांमध्ये, जसं- त्यांचं संभाषण (वाणी), स्मरणशक्ती (स्मृती), बुद्धी अथवा विवेकशक्ती (मेधा), धैर्य (धृती) आणि क्षमाशीलता (क्षमा) या साऱ्या माझ्याच विभूती आहेत.

## ३५-३६

**श्लोक अनुवाद :** त्याचप्रमाणे सामवेदातील स्तोत्रातील बृहत्साम मी आहे आणि छंदांमध्ये गायत्रीही मीच आहे, मासांमध्ये मार्गशीर्ष मी आहे आणि ऋतूंमध्ये वसंतदेखील मीच आहे।।३५।।

हे अर्जुन! फसवणाऱ्यांमध्ये द्यूत मी आहे आणि तेजस्वी पुरुषांचा प्रभावही मीच आहे. निश्चय करणाऱ्यांचा निश्चय मी आहे तसंच सात्त्विक पुरुषांचा सात्त्विक भाव आणि विजयदेखील मीच आहे।।३६।।

**गीतार्थ :** आपापल्या क्षेत्रात जे जे श्रेष्ठ आहे, त्याला माझंच दिव्य स्वरूप जाण,' असाच उद्घोष श्रीकृष्ण पुनःपुन्हा करत आहेत. ते म्हणतात, ''गायन करण्यायोग्य श्रुतींत मी बृहत्साम म्हणजेच वेदांतील ऋचा आहे.'' (वेदांमध्ये जे ज्ञानवर्णन आहे, त्या वेदवाक्यांना 'ऋचा' असं म्हटलं जातं). याचप्रकारे छंदांमध्ये गायत्री छंद हा सर्वश्रेष्ठ मानला जातो, महिन्यांमध्ये मार्गशीर्ष आणि ऋतूंमध्ये वसंत ऋतूला श्रेष्ठ म्हटलं जातं. श्रीकृष्ण म्हणतात, ''जे श्रेष्ठ आहे, ते मी अथवा माझंच आहे, हे जाण.''

''अशाच प्रकारे छळ-कपट करण्याच्या क्रियांमध्ये द्युताचा अग्रक्रम लागतो, तेदेखील मीच आहे, असं तू समज. प्रभावशाली व्यक्तिमत्त्वांमधील प्रभाव, जिंकणाऱ्यांचा विजय, निश्चयी व्यक्तींमधील निश्चय आणि सात्त्विक लोकांमधील सात्त्विक भाव म्हणजे मीच होय.'' सांगण्याचा मथितार्थ हाच, की मनुष्यामधील सर्व गुणविशेष आणि त्याला झालेले विशेष लाभ हे सर्व चेतनेमुळेच आहे. वास्तविक ते सारे चेतनेचेच गुणविशेष आणि लाभ आहेत, जे त्या शरीरविशेषाद्वारे अभिव्यक्त होत आहेत.

मनुष्य स्वतःला प्रभावशाली, शक्तिशाली समजत असतो, परंतु त्याला हे माहीतच नसतं, की त्याच्यातील हे सर्व गुण त्याच्यात तोपर्यंतच अस्तित्वात आहेत, जोपर्यंत त्याच्या अंतरंगात चैतन्य विराजमान आहे. कारण तो तर केवळ त्याची अभिव्यक्ती करत असतो. ही गोष्ट सदैव लक्षात ठेवून आपल्या अंतरंगात असलेले विशेष गुण आणि त्यापासून मिळालेले विशेष लाभ यावर सदैव लक्ष केंद्रित करावं. शिवाय ही ईश्वराची कृपा अथवा त्याचा प्रसाद समजून भक्तिभावाने आपली अभिव्यक्ती करावी. हीच आपली खरी साधना असेल.

## ३७

**श्लोक अनुवाद :** आणि- वृष्णीवंशीयांमध्ये* वासुदेव अर्थात मी तुझाच

---

**यादवांमध्ये एक वृष्णीवंशदेखील होता.*

सखा आणि पांडवांमध्ये धनंजय अर्थात तू, मुनींमध्ये व्यास आणि कवींमध्ये शुक्राचार्य मी आहे।।३७।।

**गीतार्थ :** यादव कुळांतर्गतच एक वृष्णीवंशदेखील होता. श्रीकृष्ण हे वृष्णीवंशीय होत. वृष्णी हे त्यांचे पूर्वज. त्यांचे असंख्य वंशज झाले असतील, परंतु तो विश्वविधाता ईश्वर श्रीकृष्णरूपातच सर्वाधिक अभिव्यक्त झाला. म्हणूनच ते स्वतःलाही त्याचीच विभूती असल्याचं सांगतात. याचप्रकारे पांडवांमध्ये अर्जुनच सर्वाधिक कीर्तिमान होता. तो श्रेष्ठ धनुर्धर होता. तोदेखील त्याच चेतनेची दिव्य विभूती होय. पुढे श्रीकृष्ण मुनींमध्ये वेदव्यास आणि कवींमध्ये शुक्राचार्य हेही आपलंच स्वरूप असल्याचं सांगतात.

कधी एखाद्या कवीची कविता ऐकून, एखाद्या गायकाचं गायन ऐकून, अथवा एखाद्या नर्तकाचं नृत्य पाहून कधी आपल्याही अंगावर रोमांच उभे राहिले असतील. त्यावेळी आपण उत्स्फूर्तपणे म्हणाला असाल, ''व्वा! अद्भुत, असं वाटतंय, की साक्षात सरस्वतीच गात आहे... प्रत्यक्षात भगवान शिवशंकर स्वतःच नृत्य करताहेत... ही तर नक्कीच, ईश्वराची अभिव्यक्ती आहे.'' आपल्या हृदयातून निघालेली ही दाद कधीही चुकीची समजू नका. प्रत्यक्षात या साऱ्या ईश्वराच्या विभूतीच असतात, ज्या ईश्वरीय गुणांना सर्वोत्कृष्टतेने अभिव्यक्त करतात. या जगात जे काही सर्वश्रेष्ठ दिसतंय, मग ते कोणत्याही क्षेत्रात घडत असो, कोणत्याही शरीराद्वारे घडत असो, ते सर्व काही ईश्वराचीच अभिव्यक्ती असते.

## ३८

**श्लोक अनुवाद :** आणि हे अर्जुना! सर्व अराजकतेचे दमन करणाऱ्या साधनांमध्ये दंड मी आहे. जे विजयेच्छूक आहेत त्यांची नीती मी आहे. गुप्त रहस्यांमधील मौन मी आहे आणि ज्ञानीजनांमध्ये तत्त्वज्ञान मी आहे।।३८।।

**गीतार्थ :** जे काही आहे, ते सर्व ईश्वरमयच आहे. जळी-स्थळी-काष्ठी-

पाषाणी सर्वत्र तोच व्यापून राहिला आहे, त्याच्याखेरीज इतर काहीही नाही. समजा, एक महान क्रिकेटपटू आहे. 'कारण तोदेखील ईश्वराचाच अंश असतो, त्याच्यात तू ईश्वराला पाहा,' असं जर एखाद्या साधकाला सांगितलं गेलं, तर अशा स्थितीत सर्वसाधारणतः त्याचे विचार त्या क्रिकेटपटूच्या शरीरापर्यंतच मर्यादित राहतील. परंतु श्रीकृष्ण ज्याप्रमाणे आपल्या दिव्य विभूतींचं वर्णन करत आहेत, त्यादृष्टीने पाहिल्यास, तो खेळाडू, त्याची बॅट, त्याचं क्रीडानैपुण्य, त्याची शक्ती, त्याची योग्यता, त्याची रणनीती, त्याची जिंकण्याची दुर्दम्य इच्छाशक्ती, त्याचं साहस आणि खेळल्यानंतर त्याला मिळणारा विजय अथवा पराभव, त्याचा लाभ... या सर्व गोष्टी म्हणजे परमात्माच आहे.

याच गोष्टीचा विस्तार करताना श्रीकृष्ण पुढे सांगतात, "ती शक्ती, न्यायासन दुराचाऱ्यांना शासन करतं, त्यांचं दमन करतं अथवा त्यांना दंड देतं, ती शक्तीदेखील मीच आहे. जिंकण्याची इच्छा असणारे लोक जे नियोजन करतात, अथवा ज्या नीतीचा अवलंब करतात, त्यानुसार मार्गक्रमण करून अखेर विजय मिळवतात, ती नीतीदेखील मीच आहे. ज्या मौनधारणेमुळे गुप्त राखण्यासारख्या गोष्टींचं रक्षण होतं, ते मौन म्हणजेदेखील मीच आहे आणि ज्ञानवंतांचं तत्त्वज्ञानदेखील मीच आहे. ज्ञान, भाव, शक्ती, नीती हे सर्व शरीराचे नव्हे, तर चेतनेचे गुणविशेष आहेत.

## ३९-४०

**श्लोक अनुवाद :** आणि हे अर्जुना! संपूर्ण सृष्टीच्या उत्पत्तीचं जे कारण आहे ते मीच आहे. कारण कोणताही चराचर प्राणी माझ्याशिवाय अस्तित्वात राहू शकत नाही।।३९।।

हे परंतप! माझ्या दिव्य विभूतींना अंत नाही. मी तुला जे सांगितलंय, ते माझ्या अनंत विभूतींचा विस्तार आहे, जे तुझ्यासाठी मी संक्षिप्त स्वरूपात सांगत आहे।।४०।।

**गीतार्थ :** परब्रह्म, परमेश्वर अनादी आहे, अनंत आहे, त्यामुळे त्याच्या विभूतीदेखील अनंत आहेत. परंतु अर्जुनाला ईश्वरीय स्वरूपाची थोडी कल्पना यावी, म्हणून या अध्यायात श्रीकृष्णांनी उदाहरणादाखल अगदी थोडक्यात आपल्या काही विभूतींचं वर्णन केलं आहे. अन्यथा परमेश्वराच्या विभूती तर अनंत आहेत.

दूध हा एक पदार्थ असून त्यापासून किती तरी पदार्थ बनवता येतात. जसं, दही, लोणी, लस्सी, ताक, तूप, मिठाई, खवा, पनीर, आइस्क्रीम... इत्यादी. तसं पाहायला गेलं, तर हे सर्व पदार्थ वेगवेगळे असले तरी त्या सर्वांमध्ये दुधाची उपस्थिती असतेच. सर्व काही त्याचीच विविध रूपं आहेत. सर्वांचं मूळ कारण दूध हेच आहे. अशाच प्रकारे ईश्वर हेच या चराचर सृष्टीत साकारलेल्या प्रत्येक गोष्टीचं मूळ कारण आहे. तोच अद्वैतातून द्वैतात अवतरला आहे. या जगात असं काहीही नाही, ज्यात ईश्वराचा अंश नाही.

श्रीकृष्णांनी अर्जुनाला आपल्या श्रेष्ठ विभूतींचं चिंतन करण्यासाठी का सांगितलं असावं? ही इथे मनन करण्यायोग्य बाब आहे. याचं कारण आपण ज्या गोष्टींचं चिंतन करतो, ज्या गुणांवर आपलं लक्ष केंद्रित करतो, ते गुण आपल्यामध्येही येऊ लागतात. दिव्य स्वरूपाचं चिंतन केल्याने आपलं व्यक्तिमत्त्वदेखील दिव्यत्वाने भरून जाईल. आपल्यामध्येदेखील ईश्वरीय गुणांचा संचार होईल. मूर्तिपूजा अथवा साकार भक्तीचा हाच मुख्य उद्देश आहे – श्रेष्ठत्वाचं चिंतन करून स्वतः सर्वश्रेष्ठ बना.

## ४१-४२

**श्लोक अनुवाद :** म्हणून हे अर्जुना! सर्व ऐश्वर्यवान, सुंदर आणि तेजस्वी अभिव्यक्ती माझ्या केवळ तेजातून उत्पन्न झाल्या आहेत हे तू जाण॥४१॥

अथवा हे अर्जुन! या साऱ्या सविस्तर ज्ञानाची तुला काय आवश्यकता

आहे? माझ्या केवळ एकाच अंशाने मी हे संपूर्ण विश्व व्यापून ते धारण केलंय।।४२।।

**गीतार्थ :** श्रीकृष्ण अर्जुनाला सांगतात, "या जगात जे काही श्रेष्ठ, समृद्ध, सतेज, शक्तिशाली, प्रभावी, उपयोगी आहे... त्याला तू माझंच स्वरूप समज. त्यात माझ्याच तेजाचा अंश आहे. या संपूर्ण सृष्टीला मीच धारण केलेलं आहे. त्यामुळे सर्वत्र तू मलाच बघ, माझीच अनुभूती घे."

श्रीकृष्णांचे हे मार्गदर्शन अर्जुन अथवा कोणत्याही साधकाच्या लक्षात आलं, तर निश्चितच त्याचा दृष्टिकोन बदलेल. मग त्याला प्रत्येक ठिकाणी, प्रत्येक परिस्थितीत चैतन्याचंच दर्शन होऊ लागेल. त्याच्यासाठी मी-तू, माझं-तुझं, असा भेदच राहणार नाही. त्याच्यामध्ये आपल्या कोणत्याही पात्रतेबाबत; शक्ती, गुण अथवा प्राप्तीबाबत अहंकार नसेल. कारण त्याला माहीत असेल, की हे सर्व त्याला केवळ परमेश्वरामुळेच मिळालं आहे. तो केवळ त्या विधात्याच्या अभिव्यक्तीचं एक माध्यम आहे. अशा प्रकारे हळूहळू तो अहंकाररहित होऊ लागेल, सातत्याने शुद्ध आणि पवित्र होऊ लागेल. मग हळूहळू तत्त्वदर्शी (प्रत्येक ठिकाणी ईश्वराचीच अनुभूती घेणारा) बनेल. श्रीकृष्ण अर्जुनाकडून याच अवस्थेची अपेक्षा करतात.

**● मनन प्रश्न :**

१. या सहाव्या भागात ईश्वराच्या विभूतींचा विस्तार म्हणजेच सेल्फच्या विराट अभिव्यक्तीविषयी वाचून आपण आश्चर्यचकित व्हाल... याच आश्चर्यभावात राहून सखोल मनन करा... जर या दृश्य-अदृश्य जगतातील प्रत्येक गोष्ट म्हणजे ईश्वराची विभूती आहे, संपूर्ण जगतच ईश्वरमय आहे... आणि त्या ईश्वराप्रति आपण समर्पित आहोत, तर मग हा 'मी' कोण आहे?

# अध्याय ११

# विश्वरूपदर्शन योग

## दिव्य दर्शन

# || अध्याय ११ - सूची ||

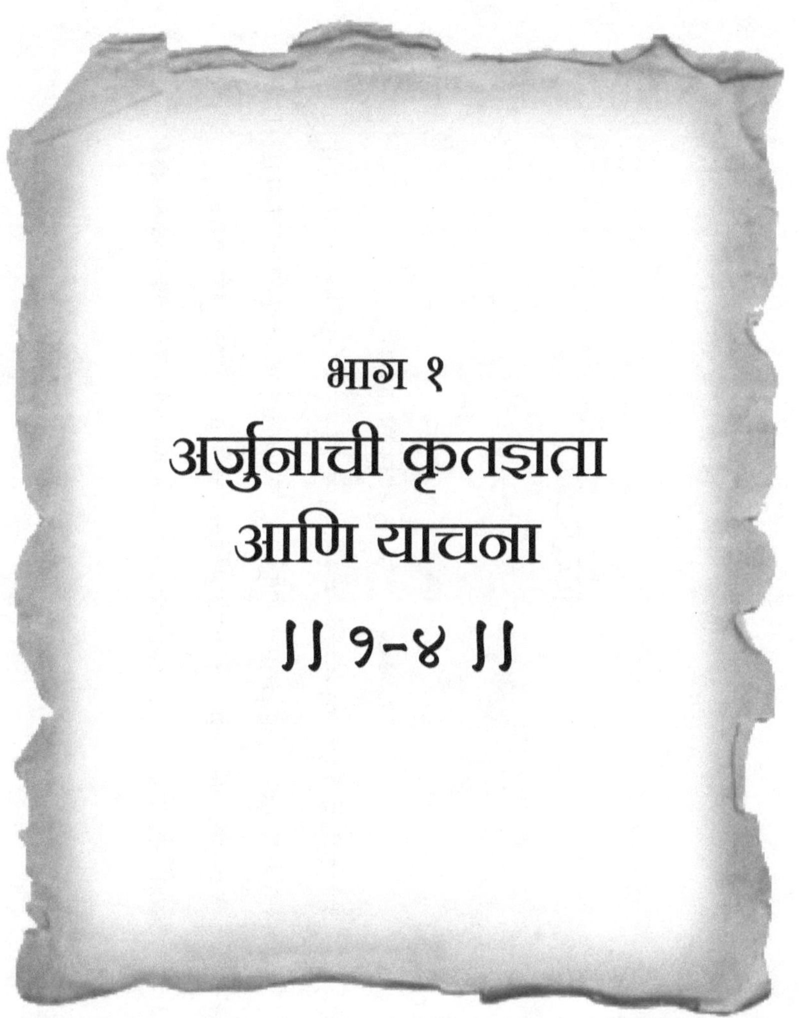

भाग १

# अर्जुनाची कृतज्ञता आणि याचना

॥ १-४ ॥

# अध्याय ११

(विश्वरूप के दर्शन हेतु अर्जुन की प्रार्थना)

मदनुग्रहाय परमं गुह्यमध्यात्मसञ्ज्ञितम् । यत्त्वयोक्तं वचस्तेन मोहोऽयं विगतो मम ।।१।।

भवाप्ययौ हि भूतानां श्रुतौ विस्तरशो मया । त्वतः कमलपत्राक्ष माहात्म्यमपि चाव्ययम् ।।२।।

एवमेतद्यथात्थ त्वमात्मानं परमेश्वर। द्रष्टुमिच्छामि ते रूपमैश्वरं पुरुषोत्तम।।३।।

मन्यसे यदि तच्छक्यं मया द्रष्टुमिति प्रभो । योगेश्वर ततो मे त्वं दर्शयात्मानमव्ययम् ।।४।।

# १

**श्लोक अनुवाद :** अर्जुन म्हणाला, हे भगवन्!- या परमगुह्य आध्यात्मिक विषयाबद्दल तुम्ही कृपावंत होऊन मला जो उपदेश दिला आहे, तो ऐकून माझं अज्ञान, मोह नष्ट झाला आहे।।१।।

**गीतार्थ :** गीतेच्या प्रारंभी अर्जुन हा, आपल्या कर्तव्यकर्मांपासून भरकटलेला, मोह आणि विषादाने ग्रासलेला, संभ्रमित झालेला, द्विधावस्थेत सापडलेला असा साधक होता. 'अशा स्थितीत आपण काय करावं, हे तुम्हीच सांगा' या प्रश्नार्थक भावाने तो श्रीकृष्णांना शरण आला होता. श्रीकृष्णांनी त्याला दुसऱ्या अध्यायापासून दहाव्या अध्यायापर्यंत जीव-चेतना, जन्म-मृत्यू, जीवन, कर्माशी निगडित अनेक रहस्यांचा उपदेश केला. प्रत्येक अध्यायात त्यांनी अर्जुनाच्या अनेक जिज्ञासेला समाधानकारक उत्तरं दिली. ज्ञानाच्या त्याच त्या गोष्टी पुनःपुन्हा सांगतानाही ते थकले नाहीत.

दहाव्या अध्यायाद्वारे श्रीकृष्णांनी आपल्या अनंत विभूतींचं वर्णन करून त्याला समजावलं, की या जगात ज्या काही विभूती आहेत, त्या केवळ माझ्याच तेजाच्या एका अंशाची अभिव्यक्ती आहेत. हे ऐकून अर्जुन प्रभावित झाला. त्याच्या अवस्थेत परिवर्तन घडलं, तो सावरू लागला. त्याचं शंकायुक्त, संभ्रमात अडकलेल्या साधकातून दोषदृष्टीरहित भक्तात परिवर्तन झालं. तो प्रेमपक्षी बनला आणि अनन्यभावाने श्रीकृष्णांना (स्वानुभव, सेल्फ यांना) शरण गेला. नकळतपणे त्याच्या तोंडून शब्द निघाले, ''हे भगवंता, आतापर्यंत आपण जो अमूल्य असा आध्यात्मिक उपदेश केलात, त्यामुळे माझ्यातला मोह थोडासा शिथिल झाला आहे. मोहामुळे बेहोश झालेलं माझं मन आता थोडं सजग होऊ लागलं आहे.''

आता अर्जुनाकडे धन्यवाद देण्याशिवाय... प्रशंसा करण्याशिवाय... कृतज्ञता व्यक्त करण्याशिवाय इतर काय शेष राहतं? 'विश्वरूप दर्शनयोग' या अकराव्या अध्यायात अर्जुन हेच करत आहे. तो कृतज्ञतेच्या भावनेने पूर्णपणे असल्याने ती कृतज्ञताच तो आपल्या भावपूर्ण शब्दांतून व्यक्त करण्याचा प्रयत्न करतोय.

## २

**श्लोक अनुवाद :** कारण हे कमलनयना! मी तुमच्याकडून जीवांची उत्पत्ती आणि लयाबद्दल सविस्तरपणे ऐकलं आहे. मला तुमच्या अगाध माहात्म्याची अनुभूतीही झाली आहे।।२।।

**गीतार्थ :** दहाव्या अध्यायापर्यंत पोहोचता पोहोचता अर्जुन पूर्णपणे समर्पित असा भक्त बनलाय. त्याच्यासमोर आता चेतनेचं रहस्य उलगडलं आहे. त्याला श्रीकृष्णांमध्येसुद्धा त्याच एका चेतनेचं दर्शन घडत आहे आणि तो त्यांच्याशी संभाषणदेखील करत आहे. या श्लोकात अर्जुन त्या चेतनेची उच्चतम विभूती असलेल्या श्रीकृष्णांना म्हणतो, ''सर्व भूतमात्रांची उत्पत्ती आणि प्रलय आपल्यामुळेच होतो, ही गोष्ट आपण कित्येक वेळा मला सांगितली आहे. त्याचबरोबर आपला अखंड, अविनाशी महिमादेखील मला वंदनीय आहे. मनुष्य ज्या काही श्रेष्ठ गोष्टी प्राप्त करतो, त्या कायम स्वरूपी कधीही टिकत नाहीत. परंतु आपलं अस्तित्व, श्रेष्ठत्व मात्र कायम, अविनाशी आहे.''

कोट्यवधी वर्षांपासून सुरू असलेल्या या सृष्टिचक्रात अनंत गोष्टी निर्माण होत असतात. परंतु आपली नवनिर्मितीची क्षमता मात्र कधीही क्षीण होत नाही. यावरूनच आपल्या अलौकिक शक्तीचा अंदाज लावता येऊ शकतो. जेणेकरून या पृथ्वीवर आपली भौतिक, लौकिक अभिव्यक्ती चिरस्थायी राहते.''

## ३

**श्लोक अनुवाद :** हे परमेश्वर! तुम्ही स्वतःच जे वर्णन करता आहात ते योग्यच आहे. परंतु हे पुरुषोत्तमा! तुमचं ज्ञान, ऐश्वर्य, शक्ती, बळ, वीर्य आणि तेजाने ऐश्वर्ययुक्त रूप मला प्रत्यक्षात पाहण्याची इच्छा आहे।।३।।

**गीतार्थ :** अर्जुन अजूनही आश्चर्य आणि कृतज्ञतेच्या भावनेने भरलेला आहे. तो म्हणतो, ''हे सर्वश्रेष्ठ परमेश्वरा, आपण स्वतःविषयी जे सांगत आहात, ते अगदी तंतोतंत खरं आहे, यात मला तिळमात्रही संशय नाही. संपूर्ण सृष्टीची निर्मिती आपल्यापासूनच होते, आपल्या आधारेच ती टिकून राहते आणि प्रलयकाळी आपल्यातच विलीन होते, ही गोष्ट आता मला पूर्णपणे समजली आहे.''

श्रीकृष्णांवरील प्रगाढ श्रद्धा आणि संपूर्ण विश्वासामुळेच अर्जुनाला त्यांनी सांगितलेल्या अतार्किक गोष्टींमध्येसुद्धा सत्य जाणवतं. आपल्या शास्त्रग्रंथांमध्ये ईश्वराचं वर्णन, तो ज्ञान, ऐश्वर्य, शक्ती, बल, वीर्य आणि तेज या सहा गुणांनी संपन्न आहे, असं केलं गेलंय. म्हणून अर्जुन भगवंताला म्हणतो, 'अशा समृद्ध, वैभवशाली आणि गुणवैविध्याने परिपूर्ण असलेल्या ईश्वराला मी प्रत्यक्ष पाहू इच्छितो. कारण सकल सृष्टीतील प्रत्येक वस्तूमधील ईश्वराची व्यापकता तर बौद्धिक पातळीवर मी समजून घेतली आहे, परंतु ती अनुभवाद्वारे जाणून घेण्यासाठी मला आपलं ईश्वरीय स्वरूप प्रत्यक्षात पाहायचं आहे. सिद्धान्ताच्या रूपाने आपण सांगितलेलं तत्त्वज्ञान तर मी ग्रहण करतच आहे, परंतु त्यावर पूर्णपणे विश्वास दृढ होण्यासाठी त्याचं प्रत्यक्ष दर्शन करण्याची मला इच्छा आहे.'

## ४

**श्लोक अनुवाद :** म्हणून– हे प्रभो!* जर मी तुमचं विश्वरूप पाहणं शक्य आहे असं तुम्हाला वाटत असेल तर हे योगेश्वरा! तुम्ही कृपया आपलं ते अविनाशी आणि अमर्याद असं विश्वरूप मला दाखवा।।४।।

**गीतार्थ :** अर्जुन अत्यंत नम्रपणे पुनःपुन्हा श्रीकृष्णांना विनवणी करतोय, 'हे

**उत्पत्ती, स्थिती आणि लय व अंतर्यामी रूपात शासन करणारा असल्याने ईश्वराचं नाव प्रभू आहे.*

प्रभो, जर आपलं विराट स्वरूप पाहण्यास समर्थ असेन, त्यासाठी मी योग्य असेन, तर कृपया आपण मला ते स्वरूप दाखवा.' अज्ञानावस्थेत असतानाही चराचरात व्याप्त असलेल्या परमेश्वराचं दर्शन घडावं, अशी अर्जुनाची मनोमन इच्छा आहे. आतापर्यंतच्या श्रवणाद्वारे अर्जुनाला आत्मज्ञान होऊ शकलं नाही, याची जाणीव त्याला होती. इथे अर्जुन श्रीकृष्णांना योगेश्वर म्हणून संबोधत आहे. कारण आता त्याला हे समजलंय, की ध्यानयोग, भक्तियोग, कर्मयोग, ज्ञानयोग, हठयोग इत्यादी जितके काही योगप्रकार असू शकतात, त्या सर्वांचे श्रीकृष्ण हेच स्वामी आहेत. म्हणून तो श्रीकृष्णांकडे आपलं विश्वरूप दर्शन घडवण्यासाठी अत्यंत नम्रतेने प्रार्थना करत आहे.

श्रीकृष्णांच्या विश्वरूप दर्शनाबाबत अनेकांच्या मनात कित्येक गैरसमज रुजलेले आहेत. दूरदर्शनवरील मालिका, तसंच अनेक कथा-प्रवचनकारांनी आपापल्या कल्पनाशक्तीने, त्याला अतिरंजित स्वरूप देऊन, लोकांना खरंतर भ्रमितच केलं आहे. अखेर मनुष्य जर एखाद्या सर्वोच्च स्वरूपाची कल्पना करत असेल, तर त्याला तेच पाहण्याची इच्छा होईल, जे त्याच्या दृष्टीने विराट आहे. विराट स्वरूपाबाबत तो हेच म्हणेल, की 'जो जमिनीपासून आकाशापर्यंत उंच असेल; ज्याला असंख्य हात, असंख्य मस्तकं असतील, ज्याने असंख्य रत्नं धारण केलेली असतील, जो दिव्य शस्त्रास्त्रांनी युक्त असेल, जो हजारो सूर्यांसमान तेजस्वी असेल... इत्यादी.

आपण मात्र या कपोलकल्पित विराट स्वरूपाला पाहायचं नाही, तर श्रीकृष्णाच्या तत्त्वरूपाला अंतरंगात असण्याच्या जाणिवेसह सर्वांमध्येच त्याला पाहायचं आहे. खऱ्या अर्थाने हेच विराट दर्शन होय. आपण जर या श्लोकाचा अर्थ योग्यप्रकारे जाणून घेतलात, तर मग श्रीकृष्णाच्या बाह्य विराट स्वरूपाच्या कल्पनेत कधीही गुंतणार नाही.

या श्लोकात अर्जुन श्रीकृष्णाला सांगतो, की आपण आपल्या तत्त्वरूपाचं दर्शन मला घडवा. म्हणजेच निराकाराला साकार स्वरूपात

दर्शवा. मी आपलं अव्ययी, अविनाशी आत्मस्वरूप पाहू इच्छितो. अव्ययी म्हणजेच अविभाज्य, अर्थात ज्याची विभागणी केली जाऊ शकत नाही. हे सारं सृष्टिचक्र ज्या पार्श्वभूमीवर सुरू आहे, ते पाहण्याची अर्जुनाची इच्छा आहे. अर्जुन श्रीकृष्णांना म्हणतो, आपण रुद्रात आहात, चंद्रात आहात, हिमालयात आहात, गंगेत आहात, ऐरावतात आहात, शेषनागात आहात... परंतु हे सर्व तर वेगवेगळे भाग आहेत, ते विविध खंडांत विभागलेले आहेत. परंतु आपण अखंड कसे आहात, हे मी जाणून घेऊ इच्छितो. म्हणून मला आपल्या अखंडित, अव्यय स्वरूपाचं दर्शन घडवा.

इथे ही समज असायला हवी, की अर्जुन जेव्हा श्रीकृष्णांना आपलं विराट स्वरूप दर्शविण्यासाठी सांगतोय, तेव्हा हे पाहणं चर्मचक्षूंनी पाहण्याविषयी अभिप्रेत नाही. जसं- पत्नी आपल्या पतीला सांगते, 'भाजीत मीठ बरोबर पडलंय का बघा बरं जरा,' तर इथे अभिप्रेत आहे, जिभेने चाखून पाहणं... रात्रीच्या काळोखात जेव्हा चित्रविचित्र आवाज ऐकू येतात, तेव्हा मूल आपल्या आईला म्हणतं, 'आई, बघ ना कसा आवाज येतोय,' म्हणजेच हे असतं कानांनी पाहणं... जेव्हा कुणीतरी म्हणतं, 'बघा, कसा मस्त सुगंध दरवळतोय,' तेव्हा ते असतं नाकाद्वारे पाहणं... मूल म्हणतं, 'बाबा, बघा ना हा प्रश्न कसा सोडवता येईल?' म्हणजे हे असतं बुद्धीद्वारे पाहणं... अशा प्रकारे आपण पाहू शकतो, की इथे 'पाहणं' या शब्दाचा शब्दशः अर्थ घेतलेला नाही. अगदी हीच गोष्ट अर्जुनाच्या विराट रूप दर्शनाच्या इच्छेबाबतही लागू होते.

अर्जुन अनुभवरूपी नेत्रांनी श्रीकृष्णाच्या विराट स्वरूपाचं दर्शन करू इच्छितो. त्याला तेजानुभवाचा अनुभव प्राप्त करायचा असतो, जेणेकरून त्याला या सृष्टीतील प्रत्येक गोष्टीत परम चैतन्यच दिसावं. तो श्रीकृष्णाच्या बाह्यरूपात सकल सृष्टीचं दर्शन करू इच्छित नाही, तर सकल सृष्टीलाच कृष्णरूपात पाहू इच्छितो. श्रीकृष्णाशी एकरूप होऊ इच्छितो. जळी-स्थळी त्याला कृष्णरूपच दिसावं, म्हणून तो ईश्वराकडून ईश्वराचीच मागणी करत आहे.

**● मनन प्रश्न :**

१. आपल्याला कधी ईश्वराविषयी कृतज्ञता जाणवते का? जर जाणवत असेल, तर ईश्वराच्या नावाने एक पत्र लिहा आणि तो आपल्यासमोरच बसलेला आहे, अशी कल्पना करून त्याला ते वाचून दाखवा.

२. सर्वांभूती भगवंत, सर्व सजीवांमध्ये एकच चैतन्य सामावलेलं आहे, या मताशी आपण सहमत आहात का? जर सहमत असाल, तर अशा पाच लोकांची क्षमा मागा, ज्यांच्याविषयी आपल्या मनात अपराधबोध अथवा न्यूनगंड आहे आणि अशा पाच लोकांना क्षमा करा, ज्यांची कोणती तरी कृती आपल्याला खटकली आहे, ज्यांनी आपलं मन दुखावलं आहे. सर्वांमध्ये एकच चैतन्य सामावलेलं असून, त्या चैतन्याकडूनच क्षमासाधना सुरू आहे, या समजेनेच ही क्षमासाधना करावी.

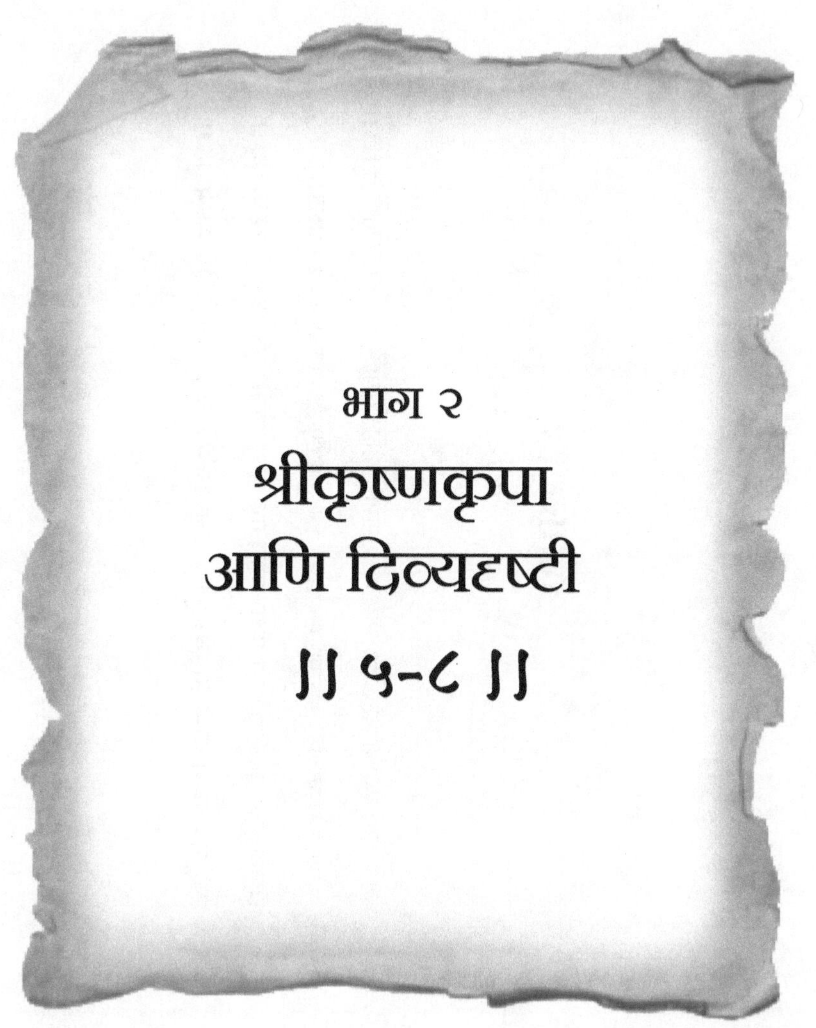

भाग २

# श्रीकृष्णकृपा आणि दिव्यदृष्टी

॥ ५-८ ॥

# अध्याय ११

पश्य मे पार्थ रूपाणि शतशोऽथ सहस्रशः । नानाविधानि दिव्यानि नानावर्णाकृतीनि च ।।५।।

पश्यादित्यान्वसून्रुद्रानश्विनौ मरुतस्तथा । बहून्यदृष्टपूर्वाणि पश्याश्चर्याणि भारत।।६।।

इहैकस्थं जगत्कृत्स्नं पश्याद्य सचराचरम् । मम देहे गुडाकेश* यच्चान्यद्द्रष्टमिच्छसि ।।७ ।।

न तु मां शक्य से द्रष्टमनेनैव स्वचक्षुषा । दिव्यं ददामि ते चक्षुः पश्य मे योगमैश्वरम् ।।८ ।।

## ५-६

**श्लोक अनुवाद :** श्री भगवान म्हणाले- हे पार्थ! आता तू माझं ऐश्वर्य, अलौकिक आणि नाना वर्णांनी युक्त अशी माझी सहस्रावधी रूपं पाहा॥५॥

हे भरतवंशी अर्जुना! आदित्य, वसू, रुद्र आणि अश्विनीकुमारांच्या विविध रूपांना आणि इतर सर्व देवदेवतांना येथे पाहा. यापूर्वी कोणत्याही मनुष्याने कधीच न पाहिलेल्या किंवा न ऐकलेल्या अनेक अद्‌भुत रूप तू पाहा॥६॥

**गीतार्थ :** अर्जुनाद्वारे व्यक्त केलेल्या विराटरूप दर्शनाच्या इच्छेचा स्वीकार करून भगवंत श्रीकृष्ण म्हणतात, पाहा... या सृष्टीमध्ये मी अनेक रंग-रूप-आकारांची विविधता धारण करून अवतरलो आहे. तू ती सर्व रूपं माझ्यामध्ये बघ. वेगवेगळ्या प्रकारचे जीव-जंतू, आकर्षक फळं-फुलं, नदी-तलाव, उंचच उंच पर्वतरांगा इत्यादी सर्व तू माझ्यातच पाहा. विविध प्रकारच्या वनस्पती, ज्या अनेक औषधी गुणांनी समृद्ध आहेत, त्या सर्व अलौकिक रूपांना तू माझ्यामध्येच पाहा.

हे भरतवंशी अर्जुना, या स्थूल आणि सूक्ष्म जगतात चेतनेच्या विविध स्तरांवर विराजमान असणाऱ्या अदितीच्या द्वादश (बारा) पुत्रांना, अष्ट (आठ) वसूंना, एकादश (अकरा) रुद्रांना, दोन्ही अश्विनीकुमारांना आणि एकोणपन्नास मरुद्‌गणांना पाहा. याशिवायही आणखी पुष्कळ, यापूर्वी न पाहिलेली आश्चर्यकारक अशी रूपंही पाहा.

आपल्यापासून दूरवर असलेल्या ग्रह-ताऱ्यांना पाहण्याकरिता दुर्बिणीचा उपयोग केला जातो, हे तर सर्वांना ठाऊकच आहे. परंतु त्यांची सुस्पष्ट अशी प्रतिमा दिसण्यासाठी, या दुर्बिणीचं म्हणजेच या दूरदर्शी उपकरणाचं योग्यप्रकारे समायोजन (well adjust) करावं लागतं. त्यामुळेच ती ग्रह-नक्षत्रं आपल्या दृष्टिपथात येऊ शकतात. अगदी अशाच प्रकारे श्रीकृष्णांनीही कथा-कादंबऱ्यांमध्ये वर्णन केल्याप्रमाणे स्वतःला विराट स्वरूपात परिवर्तित केलेलं नसून, अर्जुनाला त्याच्या अंतरंगाचं समायोजन करण्यास प्रेरित केलेलं आहे.

हे आंतरिक समायोजन म्हणजे इतर काहीही नसून, हा आंतरिक समाधीचा अनुभव आहे. या संपूर्ण अध्यायात केवळ आंतरिक समाधीचा अनुभवच वर्णिला आहे. याचं बाह्यरूपात वर्णन करण्यासाठी शब्द भले वेगवेगळे असू शकतील, परंतु वास्तव हेच आहे, की श्रीकृष्ण अर्जुनाला ध्यानाच्या सखोलतेत उतरण्यासाठी प्रेरित करत आहेत. ज्यायोगे त्याला त्यांच्यापर्यंत, म्हणजेच खरंतर 'स्व'च्या

अनुभवापर्यंत पोहोचता येऊ शकेल.

थेट अनुभवाच्या पातळीपर्यंत पोहोचणं, हे कोणालाही शक्य होत नाही, त्यासाठी पूर्वतयारीची आवश्यकता असते. यासाठी आपल्यातील सर्व संशय, जिज्ञासा यांचा त्याग करून, अहंभावाचं संपूर्ण समर्पण होणं गरजेचं असतं. आतापर्यंत अर्जुनामध्ये अशी पात्रता निर्माण झालेली आहे. त्यामुळे श्रीकृष्ण त्याला आता अधिक मार्गदर्शन देऊन, ध्यानाच्या अशा अवस्थेत घेऊन जाऊ इच्छितात, जिथे त्याला स्वानुभवाची प्राप्ती होऊ शकेल. शरीराच्या पलीकडे जाऊन आपल्या विराट, असीम अनुभवाची प्राप्ती करू शकेल.

ध्यानस्थ बसण्याचे असंख्य लाभ असून, त्यामुळे कित्येक अलौकिक अनुभव प्राप्त होतात, असं जेव्हा लोक ऐकतात, तेव्हा त्यांच्यामध्ये ध्यानाबाबत आवड निर्माण होते. मग सरावाद्वारे ते ध्यानात तल्लीन होऊ लागतात, त्यावेळी प्रथमच त्यांना आश्चर्य वाटतं, की आपल्या शरीराला असंही एक विलक्षण वळण आहे. जिथे आपले व्यवहार, पूर्वी जसे सर्वसामान्य स्थितीत होत होते, तसे आता होत नाहीत.

उदाहरणार्थ - आपण जेव्हा खाली बसून काम करतो आणि थोड्या वेळाने उठतो, तेव्हा आपले पाय आखडलेले असतात, किंवा खूप वेळ बसल्याने कंबर दुखायला लागते. परंतु ध्यानाच्या सरावानंतर कोणी तासन्तास ध्यान केल्यानंतरही उठून लगेच चालू लागतो, तेव्हा त्याच्या पायांना कोणतीही वेदना जाणवत नाही. शारीरिकदृष्ट्या तो तंदुरुस्त असतो आणि त्याला स्वतःला एकदम हलकं फुलकं वाटत असतं.

पूर्वी जे योगी कित्येक दिवस ध्यानस्थ बसत असत, त्यांच्या रक्तप्रवाहातही यत्किंचितही बाधा जाणवत नसे. काहीही न खाता-पितादेखील त्यांचं शरीर निरोगी राहत असे, अगदी श्वासोच्छ्‌वास बंद असला तरीही. याचं कारण म्हणजे त्यांच्या शरीराचं वळणच बदलून जात असे. अशा प्रकारे ध्यानाने शरीरावर कार्य करणारे निसर्ग-नियमही बदलून जातात.

मात्र कित्येक लोक हे रहस्य न जाणताच या पृथ्वीतलावरून निघून गेले आणि कित्येकांना तर आजही याची प्रचिती येत आहे. अशा योगीपुरुषांना लोक चमत्कारी मानतात, वास्तविक ही ध्यानाची शक्ती आहे. दीर्घकाळ

ध्यानसाधना करणाऱ्या व्यक्तींना अशा अलौकिक अनुभवांची प्राप्ती होते. श्रीकृष्ण अर्जुनाकडून अशाच ध्यानाची पूर्वतयारी करून घेत आहेत.

## ७

**श्लोक अनुवाद :** आणि हे अर्जुना! संपूर्ण चराचर आणि तू जे काही पाहू इच्छितोस, ते आता माझ्या या देहातच पाहा. शिवाय विष्यात तुला जे काही पाहायची इच्छा असेल, तेदेखील सर्व तुला या देहातच दिसेल।।७।।

**गीतार्थ :** हाच विषय पुढे सांगताना श्रीकृष्ण म्हणतात, ‘‘हे गुडाकेशा, म्हणजेच ज्याने निद्रेस जिंकले आहे अशा अर्जुना, आपल्या देहातच तू जड आणि चेतन जगताला पाहा.’’ चित्रपट पाहताना जसं एका छोट्याशा पडद्यावर सारं जग दिसू शकतं, त्याचप्रमाणे आपल्या देहात या संपूर्ण ब्रह्मांडाची चित्रफीत एकत्रित पाहिली जाऊ शकते. कारण सर्व काही म्हणजे ती एक चेतनाच आहे आणि ती चेतनाच या देहांतर्गतदेखील व्यापून राहिली आहे. ही एक प्रकारची जादूच आहे.

ते पुढे सांगतात, ‘याशिवायही तुला आणखी जे काही पाहायची इच्छा आहे, तेदेखील तू पाहून घे.’ कारण मनुष्यामध्ये मला हे पाहायचं आहे, ते पाहायचं आहे, अशा असंख्य अतृप्त इच्छा दडलेल्या असतात. परंतु मनुष्याला हे ठाऊकच नसतं, की त्याच्या अंतरंगातच संपूर्ण विश्व, संपूर्ण आकाशगंगा, संपूर्ण ब्रह्मांड सामावलेलं आहे. श्रीकृष्णांनी हाच अनुभव यशोदा मातेलादेखील घडवला होता.

ही श्रीकृष्णांची सुप्रसिद्ध अशी बाळलीला आहे. कृष्ण जेव्हा लहान बालक होते, तेव्हा एकदा त्यांच्या यशोदा मातेने त्यांना तोंड उघडण्यास सांगितलं. त्यांना वाटत होतं, की बाळकृष्ण माती खात आहे. परंतु बाळकृष्णाने तोंड उघडल्यानंतर, त्यांना त्या तोंडात संपूर्ण ब्रह्मांडाचं दर्शन घडलं. याचाच अर्थ, त्यावेळी यशोदा मातेला गहन समाधी लागली.

श्रीकृष्ण अर्जुनालाही हाच अनुभव देऊ इच्छितात, त्यामुळेच ते त्याला सांगत आहेत, ‘तुला जे काही पाहण्याची इच्छा आहे, ते सर्व तू पाहून घे. मी विविध प्रकारे सर्व काही तुला तुझ्या अंतरंगातच दाखवेन.’

## ८

**श्लोक अनुवाद :** परंतु तू तुझ्या नेत्रांनी मला पाहण्यास असमर्थ आहेस, म्हणून मी तुला दिव्य नेत्र प्रदान करतो. त्याद्वारे तू माझी योगशक्ती पाहा।।८।।

**गीतार्थ :** अर्जुनाच्या इच्छेनुसार विश्वरूपदर्शन घडविण्यासाठी, म्हणजेच स्वानुभवाची प्राप्ती घडविण्यासाठी श्रीकृष्ण त्याला ध्यानावस्थेकडे कसे घेऊन जात आहेत, हेच मागील तीन श्लोकांत सांगितलं गेलं आहे. स्वानुभव हा इंद्रियांच्या पल्याड असल्याने तो या शारीरिक चर्मचक्षूंद्वारे अनुभवता येत नाही. म्हणून श्रीकृष्ण जेव्हा या श्लोकाद्वारे अर्जुनाला अलौकिक चक्षू बहाल करण्याविषयी सांगत आहेत, तेव्हा वास्तविक ते त्याला ज्ञानचक्षू देत आहेत.

जसं- एखाद्या मनुष्याला कोणत्यातरी गोष्टीची माहिती नसते, त्याविषयी तो भ्रमितच राहतो. त्याचवेळी कोणीतरी येऊन त्याला त्या गोष्टीची संपूर्ण माहिती पुरवतो, त्यावेळी तो मनुष्य म्हणतो, ''अच्छा! असं आहे तर... अरे तू तर माझे डोळेच उघडलेस, मला ज्ञानचक्षू दिलेस.'' ज्ञानचक्षू मिळणं म्हणजे, कोणत्याही गोष्टीचं योग्य ज्ञान, योग्य समज मिळणं होय.

श्रीकृष्णांच्या कृपेने अर्जुनाचे ज्ञानचक्षू उघडण्याचं काम दुसऱ्या अध्यायापासूनच सुरू होतं. सांख्ययोग आणि कर्मयोगाविषयी समज मिळणं, हा स्वानुभव प्राप्त होण्याच्या पूर्वतयारीचाच एक भाग होता. ही तयारी अकराव्या अध्यायातील या श्लोकापर्यंत पोहोचता पोहोचता पूर्ण झाली आहे. मग आता या क्षणी अर्जुनाला ज्ञानचक्षू मिळाले. म्हणजेच हळूहळू तो त्या अवस्थेपर्यंत पोहोचला, जिथे तो आपल्या 'स्व'ची, अस्तित्वाची अनुभूती घेण्यास पूर्णपणे तयार आहे, सक्षम आहे.

**• मनन प्रश्न :**

१. गीतेतील समज मिळण्याआधी ईश्वराच्या स्वरूपाविषयी आपल्या मनात कोणकोणत्या कल्पना होत्या?

२. या अध्यायातून मिळालेल्या समजेमुळे त्या कल्पनांमध्ये कोणती सुधारणा झाली?

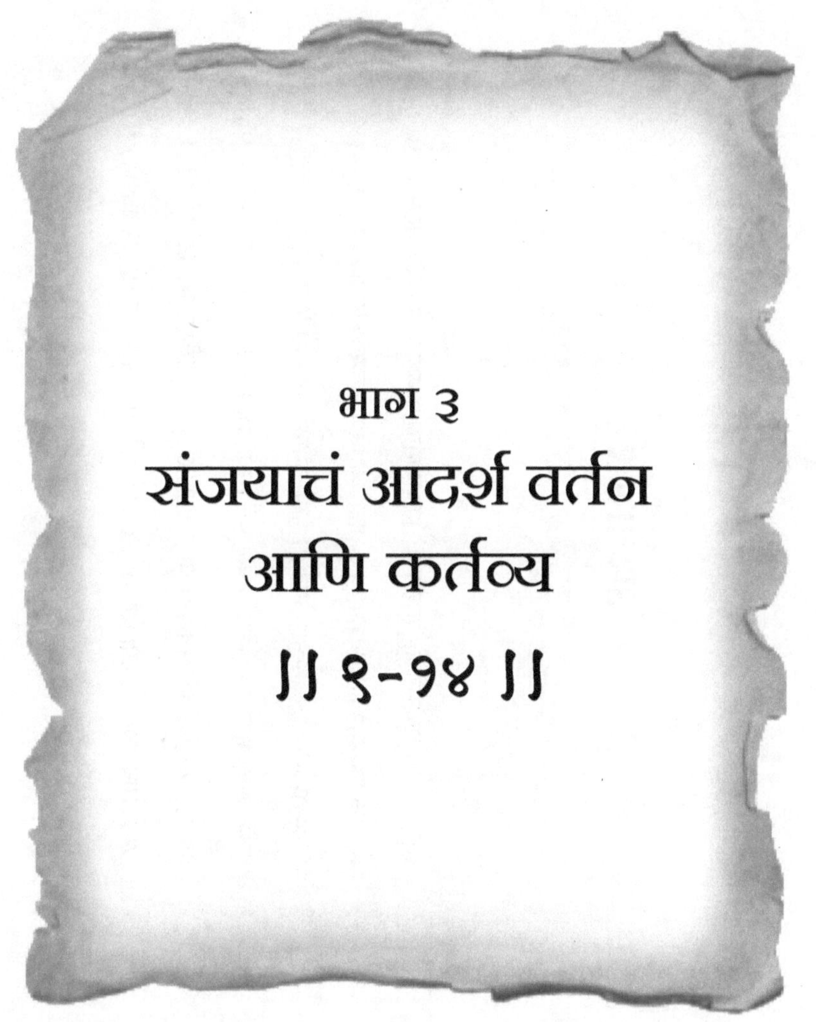

भाग ३

# संजयाचं आदर्श वर्तन आणि कर्तव्य

॥ ९-१४ ॥

# अध्याय ११

एवमुक्त्वा ततो राजन्महायोगेश्वरो हरिः । दर्शयामास पार्थाय परमं रूपमैश्वरम् ।।९ ।।

अनेकवक्त्रनयनमनेकाद्भुतदर्शनम् । अनेकदिव्याभरणं दिव्यानेकोद्यतायुधम् ।।१० ।।

दिव्यमाल्याम्बरधरं दिव्यगन्धानुलेपनम् । सर्वाश्चर्यमयं देवमनन्तं विश्वतोमुखम् ।।११।।

दिवि सूर्यसहस्रस्य भवेद्युगपदुत्थिता । यदि भाः सदृशी सा स्याद्भासस्तस्य महात्मनः।।१२ ।।

तत्रैकस्थं जगत्कृत्स्नं प्रविभक्तमनेकधा । अपश्यद्देवदेवस्य शरीरे पाण्डवस्तदा।।१३ ।।

ततः स विस्मयाविष्टो हृष्टरोमा धनञ्जयः । प्रणम्य शिरसा देवं कृताञ्जलिरभाषत।।१४।।

## ९

**श्लोक अनुवाद :** संजय म्हणाला, हे राजन्! असं बोलून महायोगेश्वर पुरुषोत्तम भगवंतांनी अर्जुनाला आपलं विश्वरूप, दिव्यस्वरूप दाखविलं।।९।।

**गीतार्थ :** या श्लोकाद्वारे संजय धृतराष्ट्रासमोर अर्जुनाकडून श्रीकृष्णांचं परम ऐश्वर्ययुक्त दिव्य स्वरूप पाहण्याच्या, म्हणजेच अर्जुनाकडून स्वानुभव प्राप्तीच्या अवस्थेचं प्रत्यक्ष वर्णन करत आहेत. आता प्रश्न असा आहे, की एका मनुष्याच्या आंतरिक अनुभवाचं वर्णन दुसरा मनुष्य कसं करू शकतो? समजा- एक पान खाणारा शौकीन मनुष्य जेव्हा पान खातो, तेव्हा त्याच्या चेहऱ्यावर अतिशय आनंद दिसतो. परंतु त्या क्षणी त्याला आतून किती आनंद जाणवतोय, हे तर तोच सांगू शकेल, जो स्वतः त्याच्याप्रमाणेच पानाचा शौकीन असेल. अगदी त्याच्याप्रमाणेच मनापासून पान खाण्याचा आनंद घेत असेल.

सांगण्याचं तात्पर्य हेच, की संजयदेखील स्वानुभव प्राप्त असलेले एक महापुरुष आहेत. तेदेखील त्या अवस्थेतून गेलेले आहेत, ज्यातून आता अर्जुन जात आहे. म्हणूनच अर्जुनाची भावावस्था यावेळी कशी आहे, हे ते पूर्णपणे जाणतात. खरंतर संजय हे अर्जुनाहून उच्च अशा आध्यात्मिक अवस्थेत आहेत. शिवाय स्वानुभवावर स्थित राहून धृतराष्ट्रासमोर वर्णन करण्याचं आपलं कर्तव्यकर्मदेखील ते योग्य प्रकारे पार पाडत आहेत.

स्वानुभवावर स्थित असण्याची हीच अवस्था योग्यांना प्राप्त झालेली असते, त्यामुळेच ते प्रत्येक ठिकाणी, प्रत्येक परिस्थितीत कर्तव्यकर्म करत असताना, अथवा ध्यानसाधना करत असतानाही सदैव आपल्या स्वानुभवावरच स्थित असतात. येशू ख्रिस्तांना सुळावर चढवलं जात असतानाही ते आपल्या अनुभवावर स्थित होते. म्हणूनच ते आपल्याला सुळावर चढवणाऱ्या त्या अपराध्यांबाबतही क्षमा प्रार्थना करू शकले. मात्र संजय महालातील सुख-सुविधांमध्ये बसले होते, बोलतही होते. धृतराष्ट्र जरी शांतपणे बसले असते, तरीही ते अनुभवातच राहिले असते. अर्जुन युद्धभूमीवर स्वानुभव प्राप्त करत आहे. श्रीकृष्णांचीदेखील अशीच अवस्था आहे. तेदेखील स्वानुभवात स्थापित होऊनच युद्धामधील आपली भूमिका पार पाडत

आहेत. तसंच, अर्जुनाला ज्ञानदेखील प्रदान करत आहेत. स्वानुभवावर स्थापित होऊन या जगातील आपली कर्तव्यकर्मं पार पाडणं, हेच आपलंही ध्येय असायला हवं. खरंतर हेच मानवी जीवनाचं मुख्य ध्येय आहे.

ध्यानाबरोबरच याचाही अभ्यास व्हायला हवा. ध्यानाच्या प्रारंभिक अवस्थेत, ध्यानामध्ये जर कोणता अडथळा आला, जसं- थोडासा गोंधळ झाला, फोनची घंटी वाजली, मुलांनी त्रास दिला, तर 'काय हा त्रास आहे, कोणी शांतपणे ध्यानही करू देत नाही,' अशा प्रकारे आपली खूपच चिडचिड होते, तणावही वाढू लागतो. परंतु, 'बाह्यस्थितीत कोणतंही स्थित्यंतर झालं, तरी आपण आपल्या स्रोतापासून मुळीच विचलित व्हायचं नाही,' अशावेळी आपण लक्षात ठेवायला हवं, ध्यान हा तर केवळ अभ्यास आहे. श्रीकृष्ण अर्जुनाकडून युद्धभूमीवर, रणकल्लोळात ध्यानसाधना करून घेत आहेत. आपण तर त्याहून खूपच सुविधाजन्य स्थितीत ध्यान करत असतो.

## १०-११

**श्लोक अनुवाद :** आणि त्यावेळी अर्जुनाने या विश्वरूपात असंख्य मुखं, असंख्य नेत्र, असंख्य अद्‌भुत दृश्यं पाहिली. हे रूप अनेक अलौकिक अलंकारांनी विभूषित झालेले आणि अनेक दिव्य शस्त्रांनी सज्ज होते।।१०।।

दिव्य वस्त्रं आणि माळा या विश्वरूपाने धारण केल्या होत्या. अनेक दिव्य सुगंधी द्रव्यांचा त्यांच्या शरीराला लेप लावला होता. विश्वरूपाबाबत सर्वकाही अद्‌भुत, तेजस्वी, अनंत आणि सर्वव्यापी असं होतं।।११।।

**गीतार्थ :** या श्लोकांद्वारे अर्जुनाच्या स्वानुभव-अवस्थेचं वर्णन केलं जात आहे. या वर्णनामध्ये तीन लोक सहभागी आहेत. पहिला अर्जुन, ज्याला स्वानुभव प्राप्त होतोय. दुसरे संजय, जे धृतराष्ट्रास त्या स्वानुभवाच्या अवस्थेचं वर्णन सांगत आहेत आणि तिसरे वेदव्यास, जे हा संपूर्ण घटनाक्रम

'महाभारत' या ग्रंथाच्या रूपात लेखणीबद्ध करताहेत. निश्चितच तेही स्वानुभवी ऋषी होते.

अनुभव तर एकच आहे, परंतु तो त्याची अनुभूती घेणारं शरीर हे मात्र आपापल्या शारीरिक गुणधर्मानुसार त्याचं वर्णन करत असतं. उदाहरणार्थ- अनुभवाचा अनुभव घेणारं शरीर जर एखाद्या चित्रकाराचं असेल, तर तो आपल्या चित्रांद्वारे ते प्रदर्शित करेल.

ते शरीर जर एखाद्या कवीचं असेल तर कवितांद्वारे, संगीतकार असेल तर संगीताच्या माध्यमातून तो त्याचं वर्णन करेल. म्हणून कोणी त्या अनुभवाला सुंदर दैवी चित्रांमध्ये साकारलं, तर कोणी त्याला 'नादब्रह्म- अनहद नाद' असं संबोधलं; कोणी त्याला 'ॐ' म्हटलं, तर कोणी म्हटलं 'दिव्य प्रकाश'...

म्हणून, आपापल्या पद्धतीने वर्णन केलेल्या त्या अनुभवाचे जर केवळ शब्दच गृहीत धरले गेले, की ईश्वराचं स्वरूप असंच आहे, तर ते निश्चितच चुकीचं ठरेल. लोक ते चित्र अथवा त्या रूपालाच ईश्वराचं निश्चित असं स्वरूप मानू लागतील. मग त्या रूपाबाबतचीच चर्चा होऊन त्या रूपाचीच चित्रं साकारली जातील. चित्रकार तर आपल्या संकल्पनेनुसार चित्र रेखाटेल; पण लोक त्याचीच पूजा करू लागतील. मग ते स्वानुभवात पोहोचून नव्हे, तर ते चित्र अथवा मूर्ती पाहूनच आपल्याला ईश्वराचं दर्शन घडलं, असं समजू लागतील. परंतु खऱ्या अर्थाने हे विश्वरूप दर्शन नव्हे.

या श्लोकांमध्ये ज्या अनेक आश्चर्यकारक दर्शनं असणाऱ्या, अनेक दिव्य अलंकारांनी विभूषित, कित्येक दिव्य शस्त्रं हातात घेतलेल्या, दिव्य माळा आणि वस्त्रं धारण केलेल्या, ज्या विराटस्वरूप परमेश्वराचं वर्णन केलं गेलं आहे, वास्तवात ते अर्जुनाच्या आंतरिक अनुभवाचंच वर्णन आहे. त्याची विशेषता सांगण्यासाठी हे चित्र सादर केलं आहे. कारण प्रत्यक्षात असीम, अवर्णनीय असलेला स्वानुभव हा कोणतंही चित्र अथवा शब्द यांच्या पलीकडे आहे.

# १२

**श्लोक अनुवाद :** आणि हे राजन्! आकाशामध्ये जर एकाचवेळी हजारो सूर्यांचा उदय झाला तरच कदाचित ते तेज भगवंतांच्या विश्वरूपाच्या तेजासदृश असू शकेल।।१२।।

**गीतार्थ :** समजा, एक चोर तुरुंगातून पळून चालला आहे आणि पोलीस त्याचा पाठलाग करत असताना त्याच्यावर प्रखर असा प्रकाशझोत (सर्च लाइट) टाकत आहेत. तर अशावेळी काय होईल बरं? त्याचे डोळे दिपून जातील. त्या प्रकाशाच्या मागे कोण आहे, हे त्याला दिसूच शकणार नाही. मग आतापर्यंत धावणारा, तो चोर जागच्या जागीच थांबून राहील. स्वानुभव प्राप्त झालेल्या अर्जुनाचीदेखील काहीशी अशीच अवस्था आहे.

अर्जुन आधी युद्धापासून दूर पळत होता, परंतु आता तो सजग, जागृत होत आहे. आता तो प्रत्येक गोष्ट ध्यानाच्या प्रकाशात पाहत आहे. पण हा काही सामान्य प्रकाश नव्हे, तर हा चेतनेचा दिव्य प्रकाश आहे, जो प्रकटल्यानंतर इतर काहीच दिसू शकत नाही. सर्व काही त्या दिव्य प्रकाशातच विलीन होऊन जातं. त्यामुळे आपले सारे भ्रम आणि मायाही लुप्त होऊन जाते. मग सत्यविषयक सारी रहस्यं आपल्यासमोर प्रकट होऊ लागतात.

या श्लोकाद्वारे सांगितलं गेलंय, की 'चेतनेच्या प्रकाशासमोर हजारो सूर्य एकत्र उगवल्यानंतर पडणारा प्रकाशदेखील काहीच नसतो.' इथे पुन्हा एकदा त्या अनुभवास उपमा शोधण्याचा प्रयत्न केला जात आहे, जो अनुपमेय आहे, ज्याला कोणतीही उपमा, शब्द असूच शकत नाही. परंतु तरीही त्याला शब्दांत व्यक्त करायचं आहे. म्हणून त्यासाठी महाप्रकाश, महापुंज यांसारख्या शब्दांचा प्रयोग केला गेलाय. परंतु त्या अनुभवाला कोणत्याही शब्दांद्वारे समजावता येऊच शकत नाही, हे वास्तव आहे.

# १३-१४

**श्लोक अनुवाद :** आणि असं आश्चर्यचकित रूप पाहून त्यावेळी अर्जुनाने भगवंतांच्या विश्वरूपात, एकाच ठिकाणी स्थित, परंतु अनंत ग्रहांमध्ये विभागलेली ब्रह्मांडाची विस्तृत रूपं पाहिली।।१३।।

त्यानंतर, भ्रमित आणि आश्चर्यचकित झालेला, अंगावर रोमांच उभा राहिलेला अर्जुन प्रणाम करण्यासाठी नतमस्तक झाला आणि हात जोडून तो भगवंतांची प्रार्थना करू लागला।।१४।।

**गीतार्थ :** श्रीकृष्णांसारख्या गुरूंच्या कृपेमुळे अर्जुनाला यावेळी ध्यानात असे एकेक अनुभव मिळाले, जे मिळण्यासाठी सर्वसामान्य साधकाला वर्षानुवर्षं लागू शकतात. श्रीकृष्ण त्याच्यासमोर उभं राहूनच त्याला स्वानुभव घडवत आहेत. तो आपल्याला ध्यानात मिळालेल्या अनुभवाविषयी सांगत आहे. कधी ध्यानात असा अनुभव आला... कधी ध्यानात तसा अनुभव आला... कधी प्रखर प्रकाश दिसत आहे... कधी संपूर्ण जग हे त्या प्रकाशात सामावलेलं दिसत आहे... कधी त्या चैतन्यातून सर्वांचा उगम होताना दिसत आहे, तर कधी सर्वकाही त्याच्यातच विलीन होताना दिसत आहे... कधी शारीरिक मर्यादांचा भंग होताना दिसत आहे, तर कधी शरीराच्या पलीकडील अनुभव होत आहे... असेच वेगवेगळे अलौकिक अनुभव प्राप्त करत असताना अर्जुन आश्चर्यचकित आणि रोमांचित होऊन श्रीकृष्णांसमोर नतमस्तक होतो.

आता यापुढील काही श्लोकांत अर्जुन आपल्याला मिळालेल्या या स्वानुभवाविषयीचा अभिप्राय श्रीकृष्णांसमोर व्यक्त करेल. एका अर्थाने स्वानुभवाचं ते वर्णन म्हणजे अर्जुनाची वैयक्तिक नोंदवही आहे. त्याने आपले विचार आणि आपल्या समजेच्या आधारे, आपल्या चौकटीत राहूनच या अनुभवाचं वर्णन केलं आहे. हे वर्णन वाचून, 'अर्जुनाला ध्यानावस्थेत

ईश्वराचं असं-असं दर्शन घडलं, तर मग मलाही तसंच घडायला हवं आणि तसं जर घडलं नाही, तर माझं ध्यान साधलं गेलं नाही,' परंतु आपल्यालाही तसाच अनुभव प्राप्त व्हावा, याची काहीही आवश्यकता नाही. आपण हे वर्णन अर्जुनाचा वैयक्तिक अनुभव म्हणूनच वाचायचं आहे.

● **मनन प्रश्न :**

१. ध्यानात येणाऱ्या बाधांमुळे आपण विचलित होता का? या अध्यायातून मिळालेल्या समजेनंतर आपण त्या बाधांकडे कसं पाहाल, यावर मनन करा.

२. या भागातील संजयच्या उदाहरणावरून कर्तव्यकर्मांविषयीचं कोणतं महत्त्व आपल्या लक्षात आलं? कर्तव्यकर्मांपासून वाचण्यासाठी आपण कधी ज्ञानाच्या मोठमोठ्या गोष्टींचा आश्रय घेण्याचा प्रयत्न केला आहे का? यावर मनन करा.

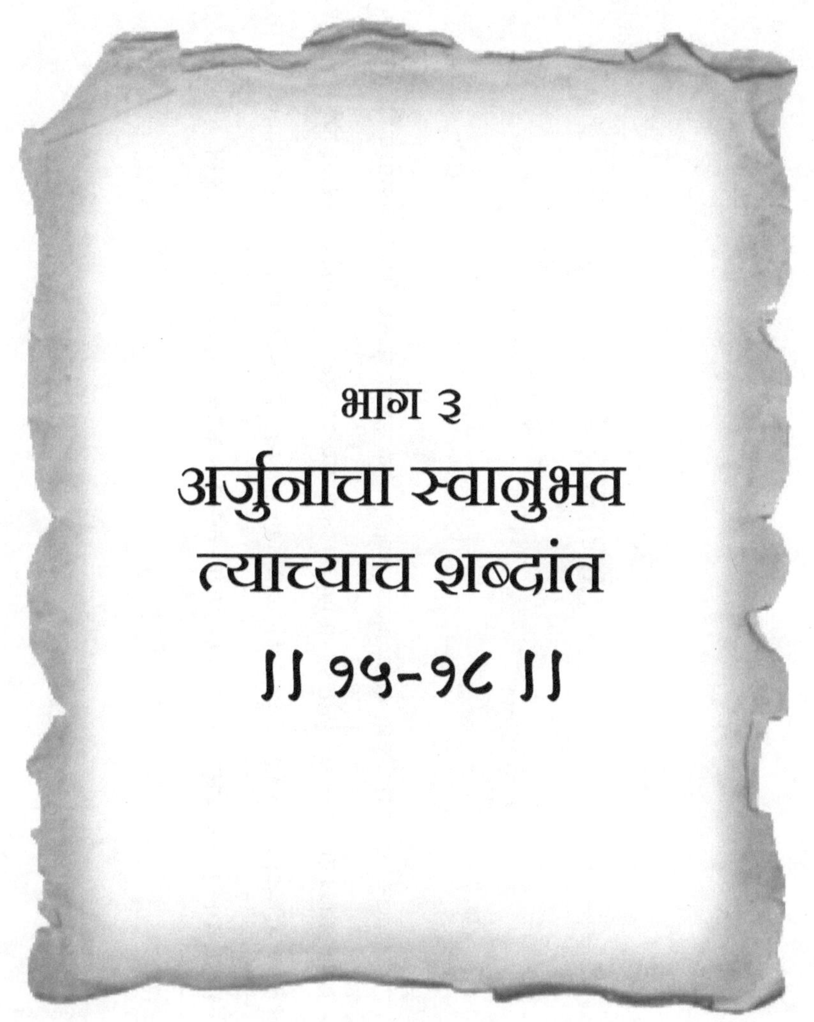

भाग ३

# अर्जुनाचा स्वानुभव त्याच्याच शब्दांत

॥ १५-१८ ॥

# अध्याय ११

पश्यामि देवांस्तव देव देहे सर्वांस्तथा भूतविशेषसङ्घान्। ब्रह्माणमीशं कमलासनस्थमृषींश्च सर्वानुरगांश्च दिव्यान् ।।१५।।

अनेकबाहूदरवक्त्रनेत्रंपश्यामि त्वां सर्वतोऽनन्तरूपम् । नान्तं न मध्यं न पुनस्तवादिं पश्यामि विश्वेश्वर विश्वरूप ।।१६।।

किरीटिनं गदिनं चक्रिणं च तेजोराशिं सर्वतो दीप्तिमन्तम । पश्यामि त्वां दुर्निरीक्ष्यं समन्ताद्दीप्तानलार्कद्युतिमप्रमेयम ।।१७ ।।

त्वमक्षरं परमं वेदितव्यंत्वमस्य विश्वस्य परं निधानम्। त्वमव्ययः शाश्वतधर्मगोप्ता सनातनस्त्वं पुरुषो मतो मे।।१८।।

## १५-१६

**श्लोक अनुवाद :** अर्जुन म्हणाला, हे भगवन्! मी तुमच्या शरीरात सर्व देवतांना आणि इतर विविध जीवांना एकत्र पाहतोय. कमलासनावर बसलेल्या ब्रह्मदेवांना तसंच भगवान शंकर, सर्व ऋषी आणि अलौकिक सर्पांनाही मी तुमच्या देहामध्ये पाहतोय॥१५॥

आणि हे विश्वेश्वर! तुमच्या देहामध्ये अमर्यादित आणि सर्वत्र पसरलेल्या असंख्य भुजा, उदरं, मुख आणि नेत्र मी पाहत आहे. तुमच्यामध्ये मला आदी, मध्य आणि अंत काहीच दिसत नाही॥१६॥

**गीतार्थ :** स्वानुभवाबाबतच्या वैयक्तिक नोंदीस अर्जुनाकडून सुरुवात झाली आहे. त्याला कोणकोणते अनुभव येत आहेत, स्वानुभवाविषयी त्याला काय काय जाणीव होतेय, या सर्वांचा अभिप्राय तो श्रीकृष्णांसमोर व्यक्त करतोय. आता असा अनुभव, जो मन आणि इंद्रियं यांच्या पलीकडे आहे, त्याचं वर्णन कोणी करायचं ठरवलं, तरी ते कसं करणार...? तरीही अर्जुन प्रयत्न करतोय. पुढील काही श्लोकांमध्ये त्याने स्वानुभवाची तुलना मोठमोठ्या गोष्टींशी केली आहे. कारण त्याला तसंच जाणवत आहे. परंतु आपण त्याचा शब्दशः अर्थ घ्यायचा नाही, तर त्यामागे दडलेला गर्भितार्थ लक्षात घ्यायचा आहे.

श्लोकात अर्जुनाला परमचैतन्य असलेल्या श्रीकृष्णाची उपस्थिती सर्वत्र जाणवत आहे. शिवाय सर्वकाही श्रीकृष्णातच सामावलेलं असल्याची जाणीवही त्याला होत आहे. जसं- पाकात बुडालेला एक रसगुल्ला दाखवून कोणी आपल्याला विचारलं, की 'सांगा, पाक कुठे आहे?' तर आपण काय उत्तर द्याल, 'पाक तर रसगुल्ल्याच्या आतही आहे आणि बाहेरही आहे.' माया (रसगुल्ला) आणि मायापती ईश्वर (पाक) यांचीही अशीच स्थिती आहे. या जगात आपल्या इंद्रियांद्वारे आपण जे काही जाणून, समजून घेतो, वास्तविक तो सारा मायेचाच भाग आहे आणि माया मायापतीच्या अंतरंगात वसलेली आहे.

हाच अनुभव अर्जुन प्रतीकात्मक रूपाने व्यक्त करत आहे, की तो श्रीकृष्णामध्ये (चैतन्यामध्ये) संपूर्ण देवगण, भूतमात्रांचे समुदाय, कमलासनावर विराजित असलेले ब्रह्मदेव, महादेव आणि संपूर्ण ऋषिगण, तसंच दिव्य सर्पांना पाहतोय. तो पाहतोय, की त्या परमचैतन्यास अनेक बाहू, उदर, मुख आणि नेत्र असून ते सर्वत्र, सर्वव्यापी आणि अनंत रूपं असणारं आहे. त्याचा ना आदी आहे, ना मध्य, ना अंत!

इथे अर्जुन जेव्हा म्हणतो, की 'तो पाहतोय', तेव्हा तो हे सर्व काही अनुभवत आहे, जाणत आहे, असा त्याचा अर्थ होतो. कारण सर्वसामान्य डोळ्यांनी अनुभवाला पाहू शकत नाही. परंतु तरीही या अनुभवास दूरदर्शन मालिका आणि चित्रपटांमध्ये चित्रित करण्याकरिता आधुनिक संगणकीय तंत्राचा वापर करून, खूपच उत्कृष्टरीत्या चित्रित करण्यात येतं. ज्यात दाखवलं जातं, की श्रीकृष्णांच्या शरीराचा आकार वाढत जातोय. त्यांच्या शरीरातून अनेक बाहू निर्माण होत आहेत. त्यांचं पोट वाढत जातंय. त्या पोटात संपूर्ण सृष्टीतील ग्रह म्हणजे जणू काही संपूर्ण सृष्टीच गोल-गोल फिरत आहे. त्यांना हजारो मुखमंडलं आणि हजारो नेत्र आहेत...

अशी दृश्यं पाहून अज्ञानामुळे लोकांना वाटतं, की ईश्वराचं विराट, दिव्य स्वरूप असंच असणार. तो जेव्हा प्रकटतो, तेव्हा अशाच स्वरूपात दर्शन देत असणार, परंतु वास्तव असं नाही. ईश्वर जर निर्गुण निराकार असेल, तो अतींद्रिय, म्हणजे इंद्रियांच्याही पलीकडील असेल, तर मग तो अशा स्वरूपात दर्शन कसं देऊ शकेल! त्या दुर्लभ अनुभवास शब्दांत अथवा दृश्यात उतरविण्याकरिता, किंवा तो अनुभव काहीसा वेगळा, काही विशेष, काहीसा दिव्य असल्याचं इतरांना सांगण्याकरिता असेल, अशा स्वरूपाचं विवेचन ही तर केवळ सादरीकरणाची एक पद्धत आहे.

अर्जुन जेव्हा म्हणतो, 'श्रीकृष्णाला हजार बाहू, नेत्र, शिरे आहेत,' तेव्हा याचा अर्थ असा होतो, की 'ते चैतन्य या सृष्टीतील असंख्य शरीरांद्वारे अभिव्यक्त होत आहे. सर्व सजीवसृष्टी ही त्या चैतन्याचं जणू काही शरीरच आहे, तेच आत्मतत्त्व सर्व जीवमात्राचं अधिष्ठान आहे. वास्तविक अर्जुनास यावेळी 'मीही तोच, तूही तोच... सगळीकडे तेच एक तत्त्व सामावलेलं आहे. भवति भूतो भगवंत,' या सत्याची अनुभूती होत आहे. त्याला त्याच चैतन्याची प्रचिती येत आहे, ज्याचा ना आदी आहे, ना मध्य, ना अंत, कारण तो अनादी अनंत आहे.

## १७

**श्लोक अनुवाद :** आणि हे विष्णो! तुमचं मुकुटयुक्त, गदायुक्त रूप अत्यंत

तेजःपुंज असल्याने ते पाहणं कठीण आहे. हे तेज प्रज्वलित अग्नी किंवा सूर्याच्या अपरिमित तेजाप्रमाणे सर्वत्र व्यापलेलं असलं तरीही गदा आणि चक्र यांनी सुशोभित झालेलं कांतिमान रूप मी सर्वत्र पाहत आहे।।१७।।

**गीतार्थ :** एखादा भक्त जेव्हा ईश्वराची ध्यानधारणा करू लागतो, तेव्हा त्याच्या अंतरंगातून ईश्वराविषयीचं तेच काल्पनिक चित्र उमटतं, जे त्याच्या अंतरंगात लहानपणापासून बिंबलेलं असतं. उदाहरणार्थ– ज्या मनुष्याच्या मनात ईश्वराचं निराकार, ज्योतिरूप बिंदूस्वरूप रूप रेखाटलं गेलंय, असा मनुष्य जेव्हा जेव्हा ईश्वराचं ध्यान करेल, तेव्हा आपल्या अंतःकरणातून त्याला तेच ज्योतिर्मय रूप दिसू लागेल. तसंच ज्या मनुष्याच्या मनात ईश्वर म्हणून येशू ख्रिस्ताचं चित्र बिंबलेलं आहे, त्याच्या अंतःचक्षूंसमोर त्याचीच प्रतिमा साकारेल. अशाचप्रकारे अर्जुनाचं अंतःकरणही त्याला त्या ईश्वरीय अनुभवाची प्रतिमा दाखवत आहे, जी सर्व दिशांनी तेजःपुंज प्रकाशाने प्रकाशमान आहे. या श्लोकात उल्लेख केल्याप्रमाणे अर्जुनाच्या हृदयात ईश्वराच्या स्वरूपाविषयीची जी प्रतिमा दृढ झालेली असेल, तिच्या दिव्य अनुभवाचं वर्णनही तो तशाच प्रकारे करेल.

अर्जुन पुढे सांगतो, ''आपलं हे विश्वरूप पाहण्यास अतिशय कठीण आणि अतिविशाल, अप्रमेय असं आहे.'' अप्रमेय म्हणजे असं स्वरूप, ज्याचं मोजमाप करता येऊ शकत नाही; ज्याला मन, बुद्धी अथवा इंद्रियांद्वारे पूर्णपणे पाहता येऊ शकत नाही अथवा समजून घेतलं जाऊ शकत नाही, ज्याचं कोणतंही प्रमाण नाही, जे असीम आहे, अनादिअनंत आहे. ज्याची अनुभूती या इंद्रियांद्वारे होऊ शकत नाही. कितीही कठीण प्रयत्न केले, तरी त्याला पाहता येऊ शकत नाही. त्याची प्रचिती तर मन, बुद्धी, इंद्रियं, अनुमान, संकल्पना या सर्वांच्या पलीकडे गेल्यानंतरच येऊ शकते.

## १८

**श्लोक अनुवाद :** म्हणून हे भगवन्! तुम्हीच परम आद्य, अक्षर ज्ञेय आहात. शिवाय या संपूर्ण विश्वाचे परम आश्रयस्थान, अव्ययी आणि पुरातन तुम्हीच

आहात. तुम्हीच शाश्वत धर्माचे पालक, पुरुषोत्तम भगवान आहात. असं माझं मत आहे।।१८।।

**गीतार्थ :** अर्जुन स्वानुभवाच्या या अनुभूतीने भावविभोर झाला आहे. तो श्रीकृष्णांच्या माध्यमातून जाणवत असलेल्या त्या परमचैतन्याची स्तुती करताना म्हणतो, ''आपणच जाणून घेण्यायोग्य असं परमअक्षर 'ॐ' आहात, आपणच परब्रह्म आहात.'' ॐ (ओम) हा एक ध्वनी आहे. हा ध्वनी त्या ऊर्जेचा आहे, जी सर्वत्र, सर्व ठिकाणी, संपूर्ण ब्रह्मांडात, ब्रह्मांडातील प्रत्येक अणुरेणूत सामावलेली आहे. ही संपूर्ण चराचर सृष्टी याच ॐकाराच्या अनहत-नादाने लयबद्ध होऊन गेली आहे. निश्चित असं सांगायचं झालं, तर अखिल ब्रह्मांड व्यापून राहिलेला असा हा ध्वनी असून तोदेखील त्या परब्रह्मरूपी चैतन्याचंच एक स्वरूप आहे.

अर्जुन श्रीकृष्णाला संपूर्ण जगताचं परम आश्रयधाम असं म्हणतोय, कारण हे जग त्याच एका चैतन्यामुळे चाललं आहे. ते चैतन्य अविनाशी आहे. म्हणजेच त्याचा कधीही विनाश होत नाही, ते नित्य स्थित आहे. ते अविनाशी चैतन्य म्हणजेच सनातन पुरुष होय. सनातन याचा अर्थ- जे पूर्वापार सुरू आहे आणि पुरुष म्हणजे- या शरीररूपी पुरात (नगरात) निवास असलेली चेतना... या देहाची संचालकशक्ती.

अशा प्रकारे अर्जुन ज्याला शब्दांद्वारे व्यक्त करणं अशक्यच आहे, अशा स्वानुभवाची विविध शब्द, उपमांच्या आश्रयाने स्तुती करत आहे.

● **मनन प्रश्न :**

१. ध्यानादरम्यान मिळालेले अनुभव आपल्या वैयक्तिक नोंदवहीत लिहून ठेवा.

२. पुस्तकातील परिशिष्टात दिलेल्या विश्वदर्शनाच्या विधीचं अनुकरण करून, त्या चेतनेची अनुभूती घेण्याचा प्रयत्न करा.

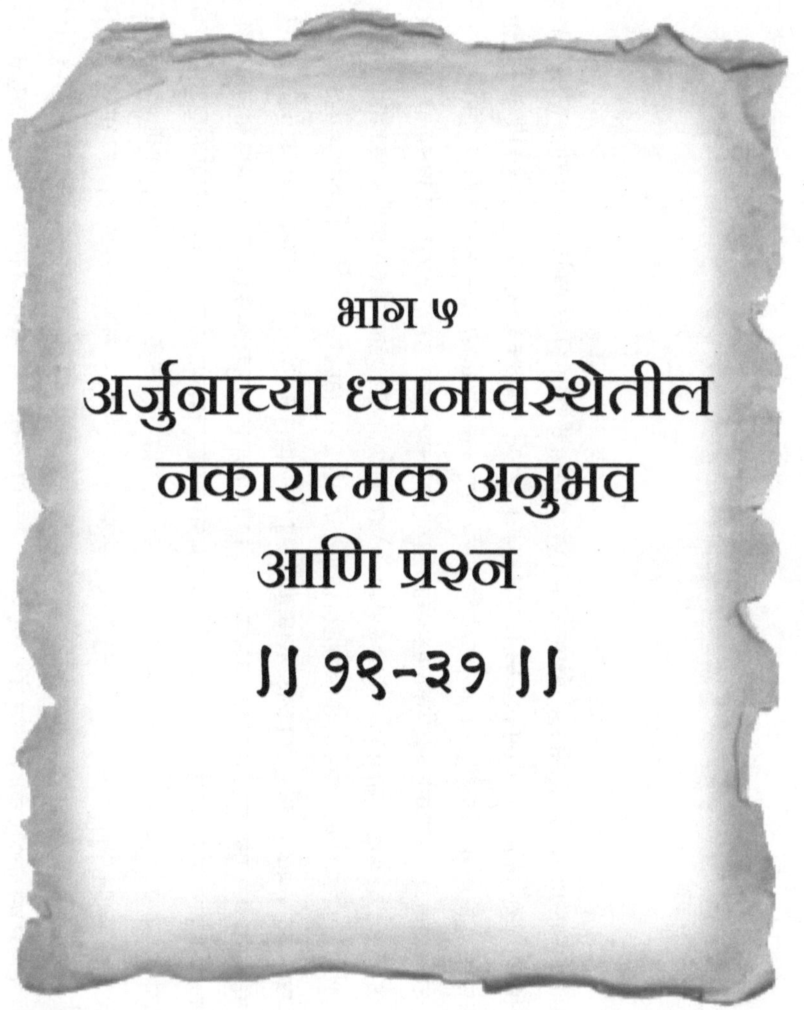

भाग ५

# अर्जुनाच्या ध्यानावस्थेतील नकारात्मक अनुभव आणि प्रश्न

।। १९-३१ ।।

# अध्याय ११

अनादिमध्यान्तमनन्तवीर्य मनन्तबाहुं शशिसूर्यनेत्रम् । पश्यामि त्वां दीप्तहुताशवक्त्रं स्वतेजसा विश्वमिदं तपन्तम् ।।१९।।

द्यावापृथिव्योरिदमन्तरं हि व्याप्तं त्वयैकेन दिशश्च सर्वाः। दृष्ट्वाद्भुतं रूपमुग्रं तवेदंलोकत्रयं प्रव्यथितं महात्मन् ।।२०।।

अमी हि त्वां सुरसङ्घा विशन्ति केचिद्भीताःप्राञ्जलयो गृणन्ति। स्वस्तीत्युक्त्वा महर्षिसिद्धसङ्घाः स्तुवन्ति त्वां स्तुतिभिः पुष्कलाभिः ।।२१।।

रुद्रादित्या वसवो ये च साध्याविश्वेऽश्विनौ मरुतश्चोष्मपाश्च। गंधर्वयक्षासुरसिद्धसङ्घावीक्षन्ते त्वां विस्मिताश्चैव सर्वे।।२२।।

रूपं महत्ते बहुवक्त्रनेत्रं महाबाहो बहुबाहूरूपादम्। बहूदरं बहुदंष्ट्राकरालं दृष्टवा लोकाः प्रव्यथितास्तथाहम् ।।२३।।

नभःस्पृशं दीप्तमनेकवर्णं व्यात्ताननं दीप्तविशालनेत्रम्। दृष्टवा हि त्वां प्रव्यथितान्तरात्मा धृतिं न विन्दामि शमं च विष्णो।।२४।।

दंष्ट्राकरालानि च ते मुखानि दृष्टैव कालानलसन्निभानि। दिशो न जाने न लभे च शर्म प्रसीद देवेश जगन्निवास ।।२५।।

अमी च त्वां धृतराष्ट्रस्य पुत्राः सर्वे सहैवावनिपालसंघैः । भीष्मो द्रोणः सूतपुत्रस्तथासौ सहास्मदीयैरपि योधमुख्यैः।।२६।।

वक्त्राणि ते त्वरमाणा विशन्ति दंष्ट्राकरालानि भयानकानि। केचिद्विलग्ना दशनान्तरेषु सन्दृश्यन्ते चूर्णितैरुत्तमाङ्गै।।२७।।

यथा नदीनां बहवोऽम्बुवेगाः समुद्रमेवाभिमुखा द्रवन्ति । तथा तवामी नरलोकवीरा विशन्ति वक्त्राण्यभिविज्वलन्ति ।।२८ ।।

यथा प्रदीप्तं ज्वलनं पतंगाविशन्ति नाशाय समृद्धवेगाः । तथैव नाशाय विशन्ति लोकास्तवापि वक्त्राणि समृद्धवेगाः।।२९ ।।

लेलिह्यसे ग्रसमानः समन्ता ल्लोकान्समग्रान्वदनैर्ज्वलद्भिः । तेजोभिरापूर्य जगत्समग्रं भासस्तवोग्राः प्रतपन्ति विष्णो।।३०।।

आख्याहि मे को भवानुग्ररूपोनमोऽस्तु ते देववर प्रसीद । विज्ञातुमिच्छामि भवन्तमाद्यंन हि प्रजानामि तव प्रवृत्तिम् ।।३१।।

## १९-२०

**श्लोक अनुवाद :** हे परमेश्वरा! आदी, मध्य आणि अंतरहित तुम्हीच आहात. तुमचा महिमा अगाध आहे. तुम्हाला असंख्य बाहू आहेत. चंद्र आणि सूर्य हे तुमचे नेत्र आहेत. तुमच्या मुखातून बाहेर पडणारा अग्नी संपूर्ण विश्वाला तुमच्या या तेजाने तप्त करत असल्याचं मी पाहत आहे।।१९।।

आणि हे महात्मन्! आपल्या एकट्यानेच संपूर्ण आकाश, ग्रहलोक आणि सर्व दिशा व्याप्त आहेत, परिपूर्ण आहेत. तुमचं हे उग्र आणि अतिशय अद्‌भुत रूप पाहून सर्व ग्रहलोक अतिशय व्यथित होत आहेत।।२०।।

**गीतार्थ :** अर्जुनाला त्या चैतन्याची उपस्थिती सर्वत्र, विश्वातील प्रत्येक कणाकणात, प्रत्येक जीव-जंतूत आणि सचेतन-अचेतन गोष्टींतही जाणवत आहे. आपली ही अनुभूती व्यक्त करण्यासाठी त्याला शब्द आणि उपमांची उणीव भासत आहे. तो कधी त्या चैतन्याला विराट स्वरूप अशा शब्दांत व्यक्त करतो, की त्याला अनंत बाहू आहेत, सूर्य आणि चंद्रासारखे विशाल अक्ष (डोळे) आहेत, अग्नीसमान मुखकमल आहे; तर कधी तो म्हणतो, ते संपूर्ण आकाश आणि सर्व दिशांत व्यापलेलं आहे.

असा अद्‌भुत, असामान्य अनुभव, जो सर्वसाधारण इंद्रियांच्या कक्षेत येऊ शकत नाही, तो जर एखाद्याला विनासायास मिळाला, तर त्याचं संभ्रमित होणं, व्यथित अथवा भयभीत होणं, हे तर साहजिकच आहे. समजा, एखादा थकलेला मनुष्य सहजच थोडावेळ आराम करण्यासाठी बसला आणि कोणत्याही प्रयत्नाशिवाय अचानक त्याच्या शरीराची जाणीवच नष्ट झाली. शिवाय आपण शरीराच्या पलीकडे आहोत याची जाणीव त्याला होऊ लागली, त्याला अगदी हवेसारखं हलकं हलकं वाटू लागलं, तर त्यावेळी त्याची स्थिती कशी असेल? त्याला वाटेल, की कदाचित आपला मृत्यूच होत आहे. मग त्याला खूप भीती वाटू लागेल. कोणत्याही पात्रतेशिवाय आणि पूर्ण तयारी असल्याशिवाय मनुष्याला जर स्वानुभव प्राप्त झाला, तर त्याला ते अमूल्य रत्न ओळखता, पारखता आणि जतनही करता येत नाही.

म्हणून, अर्जुन श्रीकृष्णांना सांगत आहे, की 'आपलं हे जे विराट स्वरूप जरी

तिन्ही लोकांतील जिवांनी पाहिलं, तरी निश्चितच ते भयभीत आणि व्यथित होतील. कारण ते या अनुभवाला समजूच शकणार नाहीत.' वास्तविक अर्जुनाची ही अनुभूती म्हणजे शब्दांच्या मर्यादेपलीकडील, शब्दातीत अशी गोष्ट आहे.

## २१-२२

**श्लोक अनुवाद :** आणि हे गोविंद! सर्व देवतागण तुम्हाला शरण येऊन तुमच्यातच प्रवेश करत आहेत. त्यांच्यापैकी काही अत्यंत भयभीत झाल्याने हात जोडून तुमची प्रार्थना करत आहेत. महर्षिगण आणि सिद्धगण 'कल्याण व्हावं' असं म्हणून वैदिक स्तोत्रांनी गायन करून तुमची स्तुती करत आहेत।।२१।।

आणि हे परमेश्वरा– अकरा रुद्रगण आणि बारा आदित्य, आठ वसु, साध्यगण, विश्वेदेव, अश्विनीकुमार, मरुद्‌गण पितृगण, गंधर्व, यक्षगण, असुर आणि सिद्ध देवता विस्मित होऊन तुम्हाला पाहत आहेत।।२२।।

**गीतार्थ :** ज्याप्रमाणे सर्कशीच्या एखाद्या विशाल तंबूमध्ये त्या सर्कशीतील सर्व खेळ, सर्व कवायती सुरू असतात, त्याचप्रमाणे चेतनेच्या अंतरंगातच संपूर्ण सृष्टिचक्र, सर्व लीला सुरू आहेत. जिवाचं जन्माला येणं, त्याचं जगणं आणि त्याचा मृत्यू, या साऱ्या घटना सृष्टिचक्राचाच एक भाग आहेत. शिवाय या साऱ्या घटना चेतनेच्या अंतरंगातच घटित होत आहेत. अर्जुन हीच गोष्ट आपल्या शब्दांत, परंतु काहीशा वेगळ्या शैलीत व्यक्त करत आहे. तो जेव्हा म्हणतो, की 'सर्व देवतागण चेतनेच्या अंतरंगात प्रवेश करत आहेत,' तेव्हा त्याच्या सांगण्याचं तात्पर्य असं असतं, देवता, म्हणजेच दिव्यता आणि शुद्धता प्राप्त झालेले जीव चेतनेची अनुभूती घेत आहेत.

'काही जीव भयभीत होऊन, हात जोडून, आपल्या नावांचे व गुणांचे वर्णन करत आहेत,' म्हणजे त्या जिवांमध्ये अद्यापही आपल्या शरीराविषयीची आसक्ती कायम आहे, ते मायेला वश झालेल्या या मोहजालालाच (जगालाच) वास्तव समजून बसले आहेत. असे लोक हे

सर्व सोडावं लागेल, या भयाने नक्कीच भयभीत असतात आणि स्वतःला असुरक्षित समजू लागतात. त्यामुळे ते आपल्या सुरक्षेच्या अपेक्षेने ईश्वराची स्तुती करून त्याला प्रसन्न करण्याचा प्रयत्न करत असतात. याव्यतिरिक्त काही महर्षी आणि सिद्ध लोक आहेत, जे इतरांच्या (जगाच्या) कल्याणार्थ निःस्वार्थीपणे उत्तमोत्तम स्तोत्रांची रचना करून आपली (ईश्वराची) स्तुती करत आहेत. हे सर्व वेगवेगळ्या प्रकारचे भक्त आणि भक्तीचं संयोजन, असून त्या एकाच चेतनेच्या लीलेचा भाग आहे.

या सृष्टीमध्ये अनेकानेक सूक्ष्म आणि स्थूलजगत आहेत. या सर्वांवर चेतनेच्या वेगवेगळ्या स्तरांवरील जिवांचा निवास आहे. जसं, अकरा रुद्र, बारा आदित्य, अष्टवसू, अश्विनीकुमार, मरुद्गण, पितरांचा समुदाय, गंधर्व, यक्ष, राक्षस आणि सिद्ध... असे जे काही समुदाय आहेत, ते सर्व या परम चेतनेच्या गर्भातच आहेत. ही संपूर्ण लीला, त्या एका लीलाधराच्या अंतरंगातच घडतेय आणि तोच भिन्नभिन्न रूपं धारण करून हा लीलेचा खेळ खेळत आहे.

इथे लक्षात घेण्यासारखी बाब ही आहे, की अर्जुनाचं अस्तित्व ज्या काळात होतं, त्या काळात जे ज्ञान, जी माहिती प्रचलित होती, त्यानुसार या सृष्टीमध्ये अकरा रुद्र, बारा आदित्य, आठ वसू, अश्विनीकुमार, मरुद्गण, पितरांचा समुदाय, गंधर्व, यक्ष, राक्षस इत्यादींचा निवास आहे. म्हणून त्याच आधारावर तो आपला अनुभव व्यक्त करत आहे, की हे सर्व त्याच एका चेतनेच्या अधीन आहेत. सद्यःस्थितीतील एखाद्या मनुष्याला जर या अनुभवाचं वर्णन करायचं असेल, तर तो आपल्या आकलनानुसार आता अस्तित्वात असलेले वेगवेगळे जीव-जंतू, जाति-धर्माचं नाव घेईल. तो म्हणेल, की हिंदू, मुस्लिम, शिख, ख्रिस्त, बौद्ध, तसंच युरोपियन, एशियन, अमेरिकन, आफ्रिकन इत्यादी जे जे काही जाति-धर्म-वंश-देश आहेत, ते सर्व त्या एका चेतनेचाच भाग असल्याचं मला दिसत आहे. म्हणूनच आपण शब्दांकडे अधिक लक्ष न देता, त्यामागे असलेला अर्थबोध लक्षात घ्यायचा प्रयत्न करायला हवा.

# २३-२४

**श्लोक अनुवाद :** आणि हे महाबाहो! देवतांसह सर्व तुमचे अनेक नेत्र, मुख भुजा, जांघा, पाय, उदर आणि अनेक अक्राळविक्राळ दाढा असणारं महाकाय रूप पाहून अतिशय व्याकूळ झाले आहेत. तसंच त्यांच्याप्रमाणे मीदेखील खूप व्याकूळ झालो आहे॥२३॥

कारण हे विष्णू! अनेक तेजस्वी वर्णांनी युक्त, आकाशाला भिडलेली तुमची आ–वासलेली मुखं आणि प्रदीप्त विशाल नेत्र असलेलं रूप पाहून माझं मन भयाने व्यथित झालंय. जेणेकरून मी धैर्य आणि मानसिक संतुलन ठेवू शकत नाही॥२४॥

**गीतार्थ :** यावेळी अर्जुनाला ईश्वराचं दर्शन होत आहे, म्हणजेच त्याला स्व–अनुभव प्राप्त झालाय असं म्हणता येईल. परंतु हा अनुभव म्हणजे काही सर्वसाधारण अनुभव नव्हे. आता या अनुभवाची विशेषता, त्याची इंद्रियातीत अनुभूती इतरांना कशी बरं समजावून सांगता येईल? त्या असीम, अनंत, निराकार चेतनेची विशालता शब्दांत कशी व्यक्त करता येईल? हे तर शक्यच नाही; पण तरीही अर्जुन त्याला अनेक मुख, अनेक डोळे, अनेक हात, मांड्या व पाय असलेलं; अनेक पोटांचं, अनेक दाढांमुळे अतिशय भयंकर, अक्राळविक्राळ दिसणारं असं महान रूप असल्याचं सांगून, त्या चेतनेच्या विशालतेचं शब्दचित्र साकारण्याचा प्रयत्न करत आहे.

यानंतर अर्जुन, त्या विराट स्वरूपाच्या दर्शनाने आपण स्वतः आणि इतरही सर्व लोक भयभीत आणि व्याकूळ होत असल्याचं सांगत आहे. खरंतर अर्जुन यावेळी एका अशा साधकाच्या स्थितीचं वर्णन करत आहे, ज्याला ईश्वरीय कृपेने स्व–अनुभवाची, आत्मसाक्षात्काराची प्राप्ती झाली आहे. परंतु त्याच्यात तो अनुभव, ती कृपा, ते ज्ञान पचविण्याची पूर्ण पात्रता निर्माण झालेली नसल्याने, तो खूप घाबरलेलाही आहे.

अशीच स्थिती रामायणात कौसल्येचीही झालेली होती. श्रीरामांनी

जेव्हा कौसल्यामातेला आपल्या दिव्य स्वरूपाचं दर्शन घडवलं, त्यावेळी माता कौसल्या खूपच भयभीत झाल्या होत्या. मग त्यांनी श्रीरामाला पुन्हा आपल्या बालरूपात प्रकटण्याची प्रार्थना केली. स्व-अनुभवाशी प्रथमच परिचय होताना माता यशोदेचीही नेमकी अशीच अवस्था झालेली होती. जेव्हा त्यांनी श्रीकृष्णांच्या मुखात संपूर्ण ब्रह्मांड सामावलेलं पाहिलं, तेव्हा त्याही अशाच व्याकूळ झाल्या होत्या.

समजा, एखादा साधक ध्यानावस्थेत बसलेला आहे आणि पहिल्यांदाच त्याला शरीर गायब झाल्याची जाणीव होऊ लागली, अथवा शरीरातून वेगाने तरंगलहरी उठू लागल्या, तर त्याची अवस्था कशी होईल? तो नक्कीच घाबरून जाईल. त्याला वाटेल, 'अरे! आपल्याला असं काय होतंय, माझ्यासोबत काही अघटित तर घडत नाही ना... यामुळे माझ्या जीविताला काही अपाय तर होणार नाही ना...' अर्जुनाचादेखील हा पहिलाच अनुभव असल्याने, त्यावेळी तोही अशाच काहीशा अनुभवातून जात आहे. जिथे त्याला काहीच समजत नाही, की आपल्याबाबत काय होत आहे.

अर्जुन असो, माता कौसल्या असो, की माता यशोदा... या सर्वांच्या कथांमागे दडलेला संदेश एकच आहे, तो म्हणजे पूर्णपणे सज्ज असल्याशिवाय, कोणत्याही साधकाला जर विनासायास एखादा दिव्य, अलौकिक अनुभव प्राप्त झाला, तर तो भयभीत होतो. सत्यप्राप्तीच्या या यात्रेत बरेच साधक स्वानुभवापर्यंत तर पोहोचतात; परंतु पूर्ण तयारी व पात्रता निर्माण झालेली नसल्याने, त्या अवस्थेत ते स्थापित होऊ शकत नाहीत. अर्जुन जर त्यावेळीच या अवस्थेत स्थापित झाला असता, तर गीतेची सांगता इथेच झाली असती. कारण याक्षणीच त्याने आत्मयोगाचा अवलंब करून आपलं धनुष्य उचललं असतं. परंतु अजूनही त्याने काही शिकणं, धडे गिरवणं बाकी होतं, अजूनही त्याला बरंच काही समजायचं शिल्लक होतं.

म्हणूनच सत्यमार्गावरील प्रवासात श्रीकृष्णांसारखे सद्गुरू लाभणं अत्यावश्यक आहे. जे साधकाची पात्रता अशा तऱ्हेने वाढवतात, जेणेकरून स्व-अनुभव प्राप्त झाल्यानंतर साधक त्यात स्थापितही होऊ शकेल. अन्यथा

मनुष्य या परमावस्थेचा अनुभव प्राप्त करूनही पुन्हा या मोह-मायानगरीत भरकटून जाऊ शकतो.

## २५

**श्लोक अनुवाद :** हे भगवान्! तुमची मृत्युरूपी प्रज्वलित मुखं आणि अक्राळविक्राळ भयंकर दाढा पाहून मी माझं संतुलन राखू शकत नाही. सर्वच बाजूंनी मी गोंधळलो आहे. म्हणून हे जगन्निवासा कृपया, माझ्यावर प्रसन्न व्हा।।२५।।

**गीतार्थ :** अशाच अवस्थेचं वर्णन आपण बाराव्या श्लोकातदेखील वाचलंय, ज्याप्रमाणे प्रखर प्रकाशझोत (सर्च लाइट) टाकल्यानंतर चोराचे डोळे दिपून जातात आणि त्याला प्रकाशाशिवाय इतर सर्व काही दिसतच नाही, त्याचप्रमाणे अर्जुनाचीदेखील स्थिती झाली आहे. त्याचीच प्रतिक्रिया तो श्रीकृष्णासमोर व्यक्त करतोय.

आता यावेळी सर्व काही समजून-उमजून घेणारी बुद्धी आणि त्या समजेवर शिक्कामोर्तब करणारं तुलनात्मक मन संपूर्णपणे समर्पित झालेलं आहे. ते अनुभवात विलीन झालेलं असल्याने अर्जुनाला त्या प्रकाशरूपी अनुभवाशिवाय अन्य कोणत्याही गोष्टीची जाणीव होत नाहीये; ना स्थळाची, ना दिशांची, ना काळाची आणि ना आपल्या शरीराची... म्हणून यावेळी तो या सर्व गोष्टींच्या पलीकडे पोहोचला आहे.

समजा, एखादा मनुष्य वर्षानुवर्षं आपल्या मन, बुद्धी आणि शरीराद्वारेच विचार करत असेल, सगळ्या गोष्टी जाणून-समजून घेत असेल आणि त्यांची अनुभूतीही घेत असेल तर याचाच अर्थ, त्याला केवळ आपल्या याच वैयक्तिक आयुधांवर भरवसा आहे. पण अचानक जर त्याला या सर्वांपलीकडे असलेले अन्य काही विशिष्ट अनुभव येऊ लागले, तर त्याची अवस्था कशी होईल बरं? त्याला सर्व गोष्टींवरील आपलं नियंत्रण सुटत असल्याचं भासू लागेल, तो व्याकूळ आणि भ्रमित होऊन जाईल.

म्हणूनच अर्जुन म्हणतोय, 'या अवस्थेत माझं सुखच हरवलं आहे.' पुढे जेव्हा तो श्रीकृष्णाला म्हणतो, 'आपण प्रसन्न व्हा.'

तेव्हा याचा अर्थ हाच होतो, की तो ज्या असामान्य अनुभवाने घाबरून प्रार्थना करत होता, ती पूर्वस्थिती पुन्हा निर्माण व्हावी. ज्या स्थितीत तो पूर्णपणे भानावर, सावधचित्त होता आणि आपल्या मन, बुद्धी आणि शरीरावर त्याचं स्वामित्व होतं.

## २६-२७

**श्लोक अनुवाद :** आणि मी बघतोय की- स्वपक्षीय राजांसहित सर्व धृतराष्ट्रपुत्र, भीष्म, द्रोण, कर्ण आणि आमच्या पक्षातील मुख्य योद्धेही आपल्या या भयंकर मुखात प्रवेश करत आहेत।।२६।।

तसंच तुमच्या दातांमध्ये अडकून काही लोकांच्या मस्तकांचा चुराडा झाल्याचं मला दिसत आहे।।२७।।

**गीतार्थ :** या विश्वात जे काही निर्माण होतं, ते सर्व त्या एका चेतनेमुळेच प्रकट होतं आणि त्या चेतनेतच विलीन होऊन जातं. निराकार चैतन्याने साकार स्वरूप धारण करणं आणि पुन्हा निराकार होऊन त्या चैतन्यातच विलीन होणं, या दरम्यानचा जिवाचा प्रवास हा खूप लांबलचक असतो. त्याचं आपण आपल्या काळाच्या मापदंडाने कोणतंही मोजमाप करू शकत नाही. जसं, गीतेच्या दुसऱ्या अध्यायातदेखील आलेलं होतं, की जिवाची ही जीवनयात्रा स्थूलजगताबरोबरच (सदेह जीवनाबरोबरच) सूक्ष्म (अशरीरी) जगताच्याही वेगवेगळ्या स्तरांदरम्यान सातत्याने सुरूच असते. आपले विचार, कर्मं आणि इच्छा-आकांक्षा यांच्या आधारे त्याचं एका स्तरावरून दुसऱ्या स्तरावर स्थानांतर म्हणजेच अवस्था-परिवर्तन होत असतं.

आपल्यासारख्या स्थूल शरीर धारण केलेल्या जिवासमोर जेव्हा एखादा जीव स्थूल शरीराचा त्याग करून सूक्ष्म शरीराद्वारे सूक्ष्मजगतात जातो, तेव्हा आपल्याला तो दिसणं बंद होतं आणि आपल्याला वाटतं,

की त्याचा मृत्यू झाला, त्याच्या जीवनाचा अंत झाला; परंतु असं घडत नाही. त्याचं जीवन तर पुढेही सुरूच असतं, केवळ त्याचं स्थूल आवरण, म्हणजे हे स्थूल शरीर सुटलेलं असतं. पण या स्थूलजगतात एखाद्याच्या देहत्यागानंतर लोक म्हणतात, 'अमुक मनुष्याला देवाज्ञा झाली, तो देवाकडे गेला, त्याला यमराज घेऊन गेले, त्याला देवाने आपल्याकडे बोलावलं... इत्यादी.' आता जर हीच घटना प्रतीकात्मक रूपाने दाखवायची असेल, तर ते दृश्य काहीसं अशा प्रकारचं असेल... एक अतिप्रचंड महाकाय, अक्राळ-विक्राळ, भयंकर रूप असलेला महामानव आहे. मृत्युपश्चात लोक त्याच्या दिशेने उडत-उडत चालले आहेत, अथवा तो त्यांना पकडून आपल्या तोंडात टाकून खातोय.

प्रस्तुत श्लोकांमध्ये अर्जुनदेखील शारीरिक मृत्यूचं काहीसं असंच वर्णन करतोय. तो म्हणतो, धृतराष्ट्राचे सर्व पुत्र, युद्धासाठी उपस्थित असलेले सर्व राजसमुदाय, पितामह भीष्म, द्रोणाचार्य, कर्ण तसंच इतरही सर्व योद्धे ईश्वराच्या त्या अतिभयंकर, अक्राळ-विक्राळ मुखामध्ये अत्यंत वेगाने धावतच प्रवेश करत आहेत.

## २८-२९

**श्लोक अनुवाद :** ज्याप्रमाणे पतंग अतिवेगाने आपल्या विनाशाकरिता प्रदीप्त अग्नीमध्ये प्रवेश करत असतात, त्याचप्रमाणे हे सर्व लोक द्रुतगतीने भराभर तुमच्या मुखामध्ये प्रवेश करत असल्याचं मी पाहत आहे।।२८।।

स्वाभाविकपणे जसे, नद्यांचे प्रवाह समुद्रामध्ये प्रवेश करतात, तसे हे सर्व महान योद्धे प्रज्वलित होऊन तुमच्या मुखांमध्ये प्रवेश करत आहेत।।२९।।

**गीतार्थ :** चेतनेतून विलग होऊन वेगळं भासणारं प्रत्येक अस्तित्व आपली यात्रा पूर्ण करून, पुन्हा त्या चेतनेच्या उदरातच सामावून जातं. या सत्यानुभवास शब्दरूपात साकारताना अर्जुन पुढे म्हणतो, 'एक पतंग जसा वेगाने पेटत्या अग्नीच्या दिशेने उडत जाऊन, त्यातच सामावला जातो, विलीन होतो. जसं,

नद्यांचे जलप्रवाह सातत्याने समुद्राच्या दिशेने वाहत जाऊन त्यातच सामावून जातात, त्याचप्रमाणे सर्व सजीव आणि संपूर्ण सृष्टीचा उगम आपल्यातूनच होऊन आपल्यातच विलीन होत आहे.

साधक जेव्हा त्या चेतनेची विशालता पाहताना अनुभवाद्वारे हे जाणतो, की जे काही आहे, ते केवळ ती एक चेतनाच आहे. प्रत्येक सजीव-निर्जीव, स्थूल-सूक्ष्म रूप हे त्या चेतनेचंच आहे. चेतनेहून वेगळं असं कोणतंही अस्तित्व असूच शकत नाही, सर्व काही त्या चेतनेतूनच प्रकट होतंय आणि पुन्हा त्यातच सामावून जात आहे. अशी दृष्टी साधकाला स्वानुभवातच प्राप्त होते.

अशाचप्रकारे आपल्यामध्येही जे काही विचार, इच्छा-आकांक्षा इत्यादी प्रकट होत असतात, त्या सर्व आपल्या अंतरंगातील स्रोतातून (तेजस्थानातून) निघून पुन्हा त्यातच विलीन होत असतात. चांगलं-वाईट, सकारात्मक-नकारात्मक (पॉझिटिव्ह-निगेटिव्ह) सर्व गोष्टींचा उगम त्यातूनच होत आहे आणि पुन्हा त्यातच सामावलं जात आहे.

## ३०-३१

**श्लोक अनुवाद :** आणि आपण आपल्या प्रज्वलित मुखांद्वारे, सर्व बाजूंनी, सर्व लोकांना गिळंकृत करत असल्याचं मी पाहत आहे. आपण आपल्या तेजाने संपूर्ण जगत व्यापून, उग्र प्रखर होरपळणाऱ्या किरणांनी प्रकट झाला आहात।।३०।।

हे भगवन्! कृपया मला सांगा, की उग्ररूपधारी आपण कोण आहात? मी आपल्याला वारंवार प्रणाम करतो, कृपया माझ्यावर प्रसन्न व्हा. आपण आदिपुरुष आहात, आपलं प्रयोजन काय आहे, हे मी जाणत नाही. ते मला सांगा।।३१।।

**गीतार्थ :** परमचेतना हेच संपूर्ण जगताचं अधिष्ठान तत्त्व आहे. त्याच्याच शक्तीने हे जग कार्यरत आहे. हीच गोष्ट अर्जुन विशेषणं देऊन आपल्या

अलंकारिक भाषेत सांगत आहे, 'हे विष्णो, (श्रीकृष्णा)! आपला प्रखर प्रकाश संपूर्ण जगताला तेजाने परिपूर्ण करून तापवत आहे.'

प्रलयकाळी म्हणजे सृष्टी विलीन होत असताना, ती चेतना आपल्या समग्र स्थूल आणि सूक्ष्म सृष्टीला आपल्या अंतरंगात सामावून घेते. हेच सत्य अर्जुन अशा प्रकारे सांगत आहे, की 'आपण (श्रीकृष्ण, परमचेतना) त्या सर्व लोकांना आपल्या प्रज्वलित मुखांद्वारे गिळत असताना त्यांना सर्व बाजूंनी वेळोवेळी चाटत आहात.'

पुढे अर्जुन श्रीकृष्णांसमोर प्रार्थना करत आहे, की त्यांनी त्याला या स्वानुभवाविषयी, परमचेतनेविषयी अधिक विस्तारपूर्वक समजून सांगावं, ज्यायोगे त्याला स्वानुभवात पूर्णपणे स्थापित होता येऊ शकेल. कारण केवळ एकदा स्वानुभव प्राप्त करणंच पुरेसं नाही, तर साधकाचं हे उद्दिष्ट असायला हवं, की त्याने तो अनुभव प्राप्त करून, सदैव त्या अनुभवातच राहून, त्याच चेतनेने जीवन व्यतीत करावं, आपली इहलोकीची भूमिका यथायोग्य पार पाडावी, जशी श्रीकृष्ण आणि संजय पार पाडत आहेत.

**● मनन प्रश्न :**

१. ध्यानाविषयी आपल्यात असलेल्या धारणांबाबत मनन करा. या भागाचं वाचन करण्याआधी, ध्यानामध्ये केवळ सकारात्मक आणि आनंददायीच भाव प्रकट होतात, असाच विचार आपणदेखील करत होता का?

२. या भागातून मिळालेल्या समजेच्या आधारे विचार करा, की आता यापुढे आपण ध्यानावस्थेत येणाऱ्या नकारात्मक विचारांना, कसं नियंत्रित कराल!

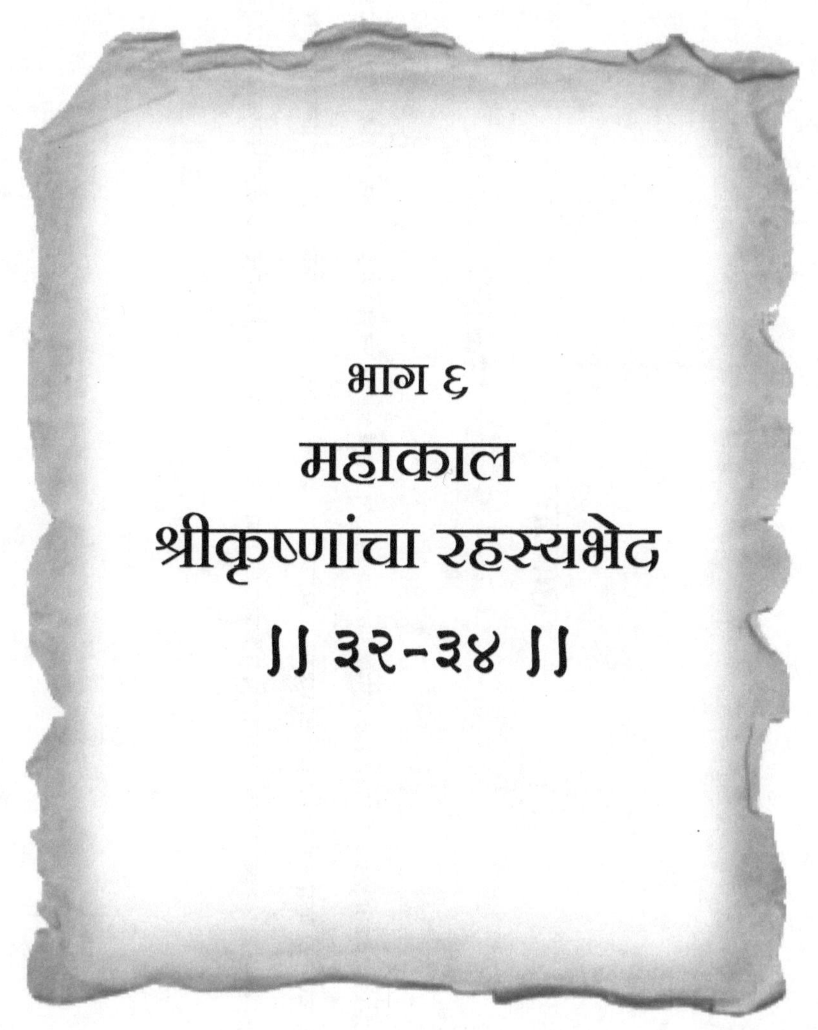

# भाग ६
# महाकाल श्रीकृष्णांचा रहस्यभेद
## ।। ३२-३४ ।।

# अध्याय ११

कालोऽस्मि लोकक्षयकृत्प्रवृद्धोलोकान्समाहर्तुमिह प्रवृत्तः । ऋतेऽपि त्वां न भविष्यन्ति सर्वे येऽवस्थिताः प्रत्यनीकेषु योधाः ।।३२ ।।

तस्मात्त्वमुत्तिष्ठ यशो लभस्व जित्वा शत्रून्भुङ्क्ष्व राज्यं समृद्धम् । मयैवैते निहताः पूर्वमेव निमित्तमात्रं भव सव्यसाचिन् ।।३३ ।।

द्रोणं च भीष्मं च जयद्रथं च कर्णं तथान्यानपि योधवीरान् । मया हतांस्त्वं जहि मा व्यथिष्ठायुध्यस्व जेतासि रणे सपत्नान ।।३४।।

# ३२

**श्लोक अनुवाद :** श्रीभगवान म्हणाले, 'हे अर्जुना! जगतांचा विनाश करणारा महाकाळ मीच आहे. तसंच सर्व लोकांचा संहार करण्यासाठीच मी या ठिकाणी आलो आहे. तुझ्याव्यतिरिक्त दोन्ही सैन्यातील सर्व योद्ध्यांचा विनाश होणार आहे'।।३२।।

**गीतार्थ :** श्रीकृष्णाने अर्जुनाला चेतनेच्या सर्वव्यापी विराट स्वरूपाचा अनुभव म्हणजेच स्वानुभव घडवला, असंही म्हणता येईल. या अवस्थेत अर्जुनाला खूप भव्य दिव्य, अलौकिक असे अनुभव प्राप्त झाले. यांपैकी काही सुखद आणि शांती प्रदान करणारे होते, तर काही विचलित आणि भयभीत करणारे...!

चांगलं-वाईट, सकारात्मक-नकारात्मक जे काही घडत असतं, ते सर्वकाही केवळ त्या चैतन्याच्याच अंतरंगात घडत असतं. जन्माचं कारण जर ते चैतन्य असेल, तर मृत्यूचं कारणदेखील तेच आहे. उत्पत्ती (निर्मिती) आणि विनाश (संहार) दोन्हीही त्याचीच विभिन्न अंगं आहेत. जनकही तेच, पालकही तेच आणि संहारकही तेच आहेत. चेतनेच्या या संहारकशक्तीलाच 'महाकाल' या नावाने जाणलं जातं. एक असा काळ, ज्याच्या उदरात सर्व काही सामावून जाईल, विलीन होऊन जाईल.

या श्लोकात श्रीकृष्ण आपल्या याच स्वरूपाचा परिचय करून देताना अर्जुनाला सांगत आहेत, 'सद्यःस्थितीत युद्धात होणारा महाविनाश आणि मृत्यूच्या तांडवाचं कारण मीच आहे. मीच महाकाल आहे. तू लढ किंवा लढू नकोस, त्या सर्वांचा मृत्यू अटळच आहे.'

काही लोक, जे श्रीकृष्णांना शरीरच समजतात, त्यांच्याकडे त्याच दृष्टीने पाहतात आणि गीतेत वर्णिलेल्या उपदेशपर शब्दांवर लक्ष केंद्रित करतात. असे लोक हे श्लोक समजूच शकत नाहीत अथवा त्यांचा विपर्यास तरी करतात. ते म्हणतात, 'जर त्यांनाच या साऱ्यांना मारायचं होतं, तर मग अर्जुनाला लढण्यासाठी तयार करण्याची गरजच काय होती?' काही लोक म्हणतात, 'संहारक शक्ती तर कालीमाता आहे, महाकाल तर शिवशंकर आहेत.'

मात्र अशा लोकांना हे कळतच नाही, की कालीमाता असो, शिवशंकर असो, श्रीकृष्ण असो अथवा आणखी कोणती देवता... इथे कोणत्याही देहावताराच्या नावाची चर्चा होत नसून त्या परब्रह्म चैतन्याविषयी सांगितलं जात आहे. तेच सर्वांचं मूळ कारण आहे, त्याच्याच अंतरंगात सर्व काही घडत आहे... तो अकर्ता असूनही सर्व गोष्टींचा कर्ता आहे.

श्रीकृष्ण जेव्हा म्हणतात, 'मी सर्वांचा नाश करण्यास प्रवृत्त झालेला महाकाल आहे,' तेव्हा त्यांच्या मुखाद्वारे निघालेला 'मी' हा केवळ त्या शरीराचा नव्हे, तर त्या चेतनेचा आवाज आहे, कारण त्यांच्या शरीराद्वारे ती चेतनाच अभिव्यक्त होत आहे.

## ३३-३४

**श्लोक अनुवाद :** म्हणून तू ऊठ, युद्धाला तयार हो आणि यशप्राप्ती कर. शत्रूवर विजय मिळव आणि समृद्ध राज्याचा उपभोग घे. माझ्या योजनेनुसार त्यांचा पूर्वीच मृत्यू झाला आहे. आणि हे सव्यसाची!* युद्धामध्ये तू केवळ निमित्तमात्र बन।।३३।।

तसंच– हे द्रोणाचार्य, भीष्म, कर्ण आणि इतर महान योद्ध्यांना मी यापूर्वीच मारलं आहे. म्हणून तू त्यांचा वध कर पण व्यथितही होऊ नकोस. केवळ युद्ध कर. त्यामुळे तू शत्रूंवर विजय प्राप्त करशील।।३४।।

**गीतार्थ :** श्रीकृष्ण अर्जुनाला सांगत आहेत, 'यावेळी युद्धभूमीवर जे काही घडतंय, ते केवळ या लीलेचाच एक भाग आहे आणि ते अटळ आहे, घडणारच आहे, मग तू त्यात सहभागी हो अथवा होऊ नकोस. यावेळी द्रोणाचार्य, पितामह भीष्म, जयद्रथ, कर्ण आणि इतरही अनेक योद्ध्यांचा

**डाव्या हातानेदेखील बाण मारण्याचं कौशल्य असल्याने अर्जुनाचं 'सव्यसाची' असं नावदेखील होतं.*

शरीरत्याग हा ठरलेलाच आहे, त्यामुळे ते तर घडणारच आहे. कारण या सर्व याद्ध्यांचे विचार, प्रार्थना आणि कर्मं याद्वारेच तर या विनाशकारी दृश्याची निर्मिती झाली आहे. निसर्ग तर आपल्या नियमानुसार स्वचलित कार्य करतच आहे. या संहारानंतरच अधर्माचा नाश आणि धर्माची स्थापना होऊ शकेल. हेच यापुढील दृश्य असून ते या दृश्यानंतरच साकारेल.

'या पृथ्वीतलावर आपण जसं बीज पेरतो, तसंच पीक उगवतं. युद्धाचं हे दृश्य काही अचानकच समोर आलेलं नाही, तसंच तुझ्या इच्छेने ते मिटणारही नाही. याला घडवण्यात ज्यांचं ज्यांचं योगदान आहे, त्यांना आपापल्या कर्मांची फळं तर भोगावीच लागणार आहेत. म्हणून, तुझी इच्छा असली तरीही तू यांचं रक्षण करू शकणार नाहीस. शिवाय तू जर तयार झाला नाहीस, तर निसर्ग अन्य कोणाच्या शरीराला माध्यम बनवून आपलं कार्य करेलच. म्हणून हे सव्यसाची, म्हणजेच डाव्या-उजव्या अशा दोन्ही हातांनी बाण मारण्यात निष्णात असणाऱ्या धनुर्धारी अर्जुना, तू कर्मयोग आणि आत्मयोगाची समज आपल्या हृदयात धारण कर. मग भयगंडाचा त्याग करून, त्या चेतनेकरता निमित्तमात्र बन आणि आपल्या कर्तव्यकर्माचं पालन कर. असं करून तू महान योद्धा होण्याचं यश प्राप्त करशील. मग शत्रुंजय होऊन, शत्रूंवर विजय मिळवून धन-धान्याने संपन्न असलेल्या राज्याचा उपभोग घेशील.'

**● मनन प्रश्न :**

१. गीतेची समज मिळण्याआधी आपण श्रीकृष्णांकडे कसं पाहत होता? एक शरीरधारी महान व्यक्तिमत्त्व म्हणून, की त्या सर्वव्यापी चेतनेची एक अभिव्यक्ती? आता समज प्राप्त झाल्यानंतर आपण त्यांच्याकडे कोणत्या दृष्टीने पाहाल?

२. अर्जुन अथवा श्रीकृष्णही आता हे युद्ध थांबविण्यास सक्षम का नाहीत, यामागे कोणता निसर्गनियम कार्यरत आहे? या गोष्टीवर विचार करा.

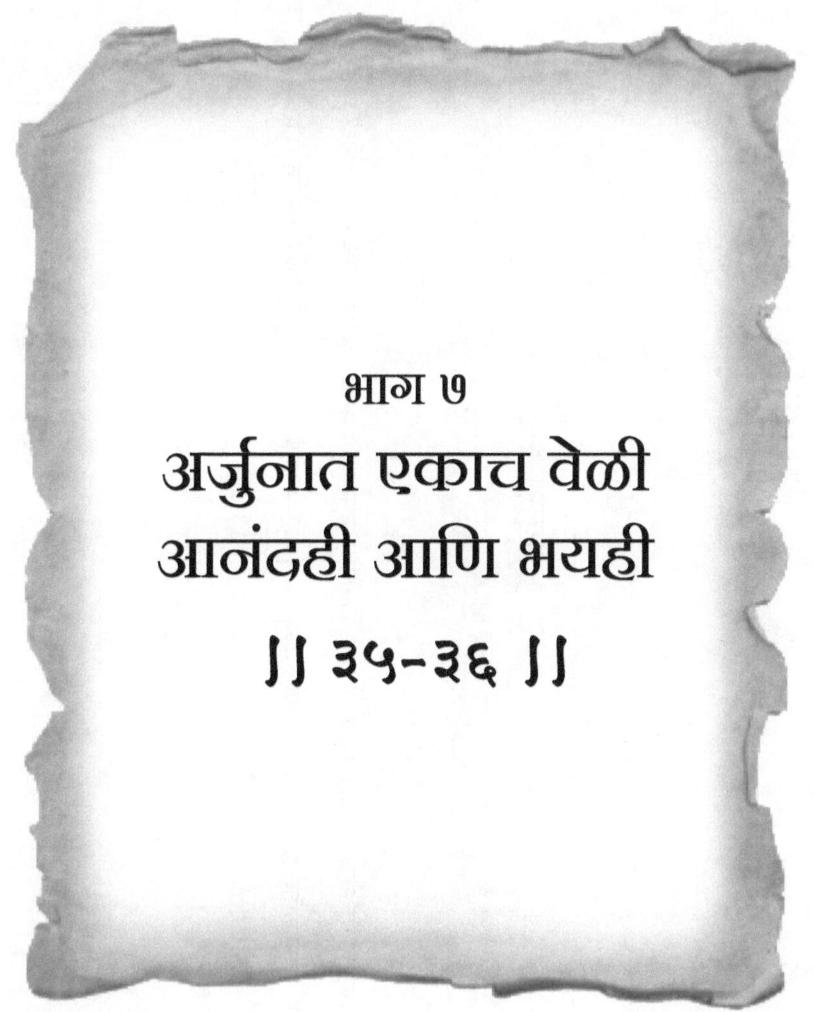

भाग ७

# अर्जुनात एकाच वेळी आनंदही आणि भयही

॥ ३५-३६ ॥

# अध्याय ११

एतच्छ्रुत्वा वचनं केशवस्य कृतांजलिर्वेपमानः किरीटी । नमस्कृत्वा भूय एवाह कृष्णंसगद्गदं भीतभीतः प्रणम्य।।३५ ।।

स्थाने हृषीकेश तव प्रकीर्त्या जगत्प्रहृष्यत्यनुरज्यते च । रक्षांसि भीतानि दिशो द्रवन्ति सर्वे नमस्यन्ति च सिद्धसङ्घाः।।३६।।

# ३५

**श्लोक अनुवाद :** या पश्चात्त संजय धृतराष्ट्राला म्हणाले, 'हे राजन! भगवंतांकडून हे वचन ऐकून थरथर कापणाऱ्या अर्जुनाने हात जोडून त्यांना पुनःपुन्हा नमस्कार केला. अत्यंत भयभीत झालेला अर्जुन सद्गदित स्वरात भगवान श्रीकृष्णांना असं म्हणाला-।।३५।।

**गीतार्थ :** संजय वर्णन करताना आता अर्जुनाला 'किरीटी' म्हणजेच मुकुटधारी असं संबोधत आहेत. अर्जुनाचं मस्तक आता स्वानुभवरूपी मुकुटाने सजलेलं आहे, हेच या उपमेतून प्रतीत होतं. श्लोकात आलेल्या वर्णनानुसार अर्जुनाचे थरथरणारे हात इतक्या अल्पावधीत वैविध्यपूर्ण अनुभवांच्या प्राप्तीमुळे अर्जुन किती सद्गदित, किती उल्लसित आणि किती भयकंपित झाला आहे, हीच गोष्ट दर्शवत आहेत.

हीच गोष्ट आपण एका उदाहरणावरून समजून घेऊ. समजा, एक सर्वसामान्य असा खेडूत मनुष्य आहे, जो आजवर कोणत्याही मोठ्या पाळण्यात बसलेला नसतो. अचानकच एकेदिवशी जर त्याला जगातील सर्वांत विशाल आणि भीतिदायक अशा रोलरकोस्टरमध्ये बसवलं, तर त्यातून उतरल्यानंतर त्याची स्थिती कशी असेल? अशीच काहीशी अवस्था अर्जुनाचीही झाली होती. त्यावेळी तो भय आणि आनंद दोन्ही भावनांचा विलक्षण अनुभव एकत्रच घेत होता.

अर्जुन भयभीत आहे, कारण त्याला ध्यानावस्थेत सर्जनात्मक-संहारात्मक, सकारात्मक-नकारात्मक असे सर्वप्रकारचे अनुभव आलेले असतात. आता काही लोक विचार करत असतील, की ध्यानावस्थेत सर्व काही उत्तमोत्तमच मिळेल, आनंदाची भावनाच दाटून येईल, मनःशांतीच लाभेल; परंतु नेहमी असंच घडत नसतं. कधी कधी ध्यानावस्थेत आपल्या सुप्तस्मृतींत दडलेल्या विचारांतून असे काही साप-विंचू बाहेर पडतात, ज्यामुळे आपली अवस्था एकदम बिकट होऊन जाते.

आपल्याला वाटतं, 'या साऱ्या दुःखद गोष्टी तर मी कायमस्वरूपी गाडून टाकल्या होत्या. त्यांना पूर्णपणे विसरूनही गेलो होतो, मग आज अचानक त्या समोर कशा आल्या? मी ध्यान तर मनःशांती मिळवण्यासाठी केलं होतं, मग ही अशांतता पदरी का पडली?' तर इथे लक्षात घेण्यासारखी गोष्ट ही आहे, की हे सारं बाहेरून नव्हे, तर आपल्या अंतरंगातूनच येत असतं.

ध्यानावस्थेत आपल्या अंतरंगात साचलेला कचरा बाहेर येतो. म्हणून त्याला पुन्हा तळाशी बसू न देता, वेळीच तो बाहेर फेकून देणंच अत्यावश्यक ठरतं. अशा प्रकारे ध्यानसाधनेमुळे आपल्या अंतःकरणाचीदेखील साफसफाई होत असते. परंतु अशावेळी मोठमोठे ज्ञानी-प्रतिभावंत लोकदेखील भयकंपित होऊन जातात, घाबरून जातात. म्हणूनच अर्जुनालादेखील ध्यानावस्थेत दुःख आणि क्रोधच आला. मात्र या सर्व

अनुभवांतून पार पडल्यानंतर या क्षणी तो श्रीकृष्णांसमोर नतमस्तक होऊन त्यांची स्तुती, प्रशंसा आणि क्षमायाचना करण्यासाठी तत्पर झाला आहे.

## ३६

**श्लोक अनुवाद :** अर्जुन म्हणाला, 'हे अंतर्यामीन्! हे योग्यच आहे, की तुमच्या नाम श्रवणाने संपूर्ण जगत हर्षोल्हासित होतंय आणि सर्व लोक तुमच्यावर अनुरक्त होत आहे. जरी सिद्ध पुरुष तुम्हाला नमस्कर करत असले तरी राक्षस मात्र भयभीत होऊन इतस्ततः पळत आहेत'।।३६।।

**गीतार्थ :** त्या अंतर्यामी, विश्वव्यापी परमेश्वराची जेव्हा अनुभवाद्वारे अनुभूती घेतली जाईल, तेव्हा सांगण्या-ऐकण्यासाठी शिल्लक काय राहील? अशावेळी तर केवळ स्तुती आणि प्रशंसाच होऊ लागते. त्याच्यासाठी नमस्कार, धन्यवाद आणि कृतज्ञतेची भावनाच प्रकटू लागते. अशीच स्थिती स्वानुभवाचं अमृतपान केल्यानंतर अर्जुनाचीही झाली आहे. तो श्रीकृष्णांसमोर उभं राहून, हात जोडून त्यांची स्तुती करतोय. हे श्लोक म्हणजे अर्जुनाच्या भक्तिभावातून प्रकटलेलं भजनच आहे, ज्यातून तो श्रीकृष्णांचं गुणगान करत आहे.

भगवंताची स्तुती करताना अर्जुन म्हणतो, ''हे परमेश्वरा आपलं नाव, गुण आणि प्रभावाच्या कीर्तनाने हे संपूर्ण जग अतिहर्षोल्हासित होत आहे आणि त्यांच्यात अत्याधिक प्रेमभावनादेखील प्रकट होत आहे. तसंच, भयभीत राक्षस चारही दिशांना सैरावैरा धावत आहेत.'' खरंतर जेव्हा एखाद्या भक्तात सत्य प्रकट होतं, तेव्हा त्याची आंतरिक अवस्था प्रेम, आनंद आणि मौनाने परिपूर्ण झालेली असते. या अवस्थेमुळे त्याला हे संपूर्ण जगदेखील त्याच अवस्थेनं भरलेलं दिसू लागतं. कारण त्याला प्रत्येक ठिकाणी, जळी-स्थळी-काष्ठी-पाषाणी, सर्वत्र त्या चेतनेचंच दर्शन होत असतं. त्याच्या जीवनातून नकारात्मक विचार आणि विकाररूपी राक्षस दूर पळून जातात. अर्जुन भगवंताची स्तुती करताना याच सत्याचं वर्णन करत आहे.

**• मनन प्रश्न :**

१. ध्यान करत असताना उफाळून आलेल्या नकारात्मक भावनांपासून सुटका कशी होऊ शकते?

२. आपलीही अवस्था कधी अर्जुनासारखी झाली आहे का? ध्यानावस्थेत आनंद आणि भयप्रद भावना एकाचवेळी कधी दाटून आल्या आहेत का?

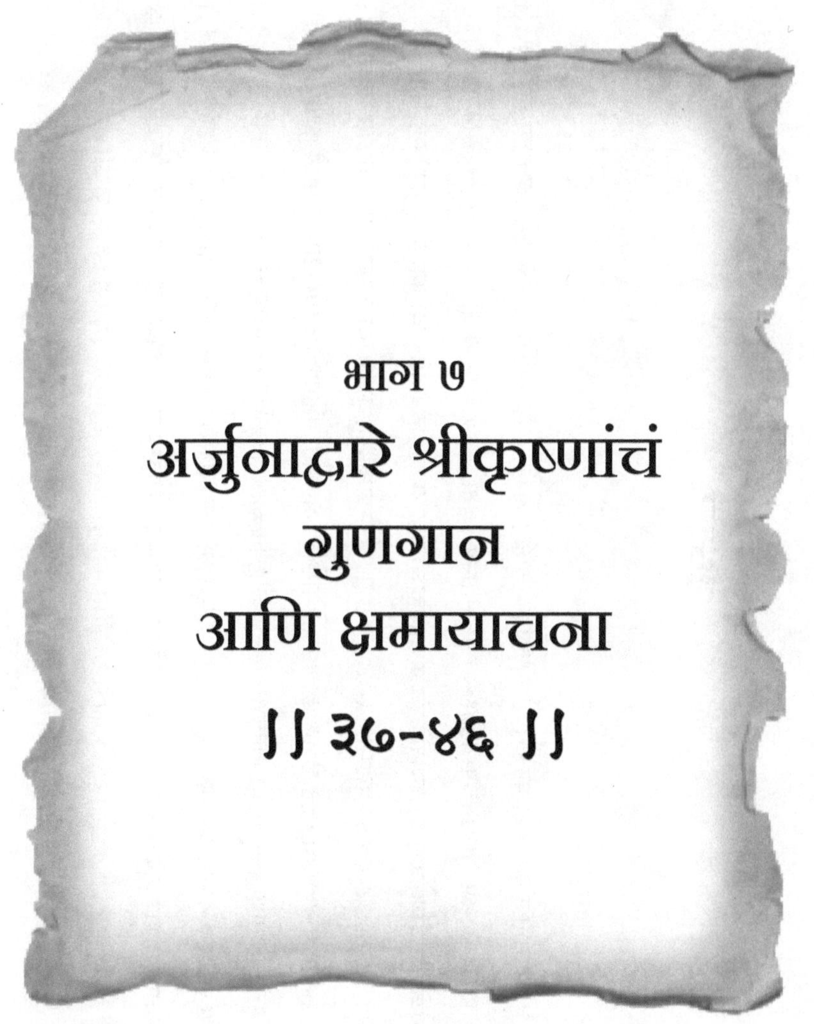

भाग ७

# अर्जुनाद्वारे श्रीकृष्णांचं गुणगान आणि क्षमायाचना

।। ३७-४६ ।।

# अध्याय ११

कस्माच्च ते न नमेरन्महात्मन् गरीयसे ब्रह्मणोऽप्यादिकर्त्रे। अनन्त देवेश जगन्निवास त्वमक्षरं सदसत्तत्परं यत् ।।३७ ।।

त्वमादिदेवः पुरुषः पुराणस्त्वमस्य विश्वस्य परं निधानम् । वेत्तासि वेद्यं च परं च धाम त्वया ततं विश्वमनन्तरूप।।३८।।

वायुर्यमोऽग्निर्वरुणः शशाङ्कः प्रजापतिस्त्वं प्रपितामहश्च। नमो नमस्तेऽस्तु सहस्रकृत्वः पुनश्च भूयोऽपि नमो नमस्ते ।।३९ ।।

नमः पुरस्तादथ पृष्ठतस्ते नमोऽस्तु ते सर्वत एव सर्व। अनन्तवीर्यामितविक्रमस्त्वंसर्वं समाप्नोषि ततोऽसि सर्वः ।।४०।।

सखेति मत्वा प्रसभं यदुक्तं हे कृष्ण हे यादव हे सखेति। अजानता महिमानं तवेदंमया प्रमादात्प्रणयेन वापि।।४१ ।।

यच्चावहासार्थमसत्कृतोऽसि विहारशय्यासनभोजनेषु । एकोऽथवाप्यच्युत तत्समक्षंतत्क्षामये त्वामहमप्रमेयम्।।४२ ।।

पितासि लोकस्य चराचरस्य त्वमस्य पूज्यश्च गुरुर्गरीयान्। न त्वत्समोऽस्त्यभ्यधिकः कुतोऽन्योलोकत्रयेऽप्यप्रतिमप्रभाव ।।४३ ।।

तस्मात्प्रणम्य प्रणिधाय कायंप्रसादये त्वामहमीशमीड्यम्। पितेव पुत्रस्य सखेव सख्युः प्रियः प्रियायार्हसि देव सोढुम् ।।४४ ।।

अदृष्टपूर्वं हृषितोऽस्मि दृष्ट्वा भयेन च प्रव्यथितं मनो मे। तदेव मे दर्शय देवरूपंप्रसीद देवेश जगन्निवास।।४५ ।।

किरीटिनं गदिनं चक्रहस्तमिच्छामि त्वां द्रष्टुमहं तथैव। तेनैव रूपेण चतुर्भुजेनसहस्रबाहो भव विश्वमूर्ते।।४६।।

## ३७-३८

**श्लोक अनुवाद :** हे महात्मन्! ब्रह्मदेवांपेक्षाही श्रेष्ठ असे आदिसृष्टिकर्ते तुम्ही असल्याने, तुम्हाला आदरपूर्वक नमस्कार का बरं करू नये? हे अनंता, हे देवाधिदेव, हे जगन्निवास! या भौतिक सृष्टीच्या पलीकडे असणारे तुम्ही परम अविनाशी, सच्चिदानंदघन, ब्रह्म सर्व कारणांचे कारण आहात।।३७।।

हे प्रभो– तुम्ही आदिपुरुष, सनातन भगवान आहात. या व्यक्त प्राकृतिक जगताचे एकमात्र आश्रस्थान आहात. तुम्हीच सर्वज्ञ असून जे जे ज्ञेय आहे ते सर्व आहात. हे अनंतरूपा, तुम्हीच ही संपूर्ण भौतिक सृष्टी व्यापली आहे।।३८।।

**गीतार्थ :** अर्जुन, श्रीकृष्णरूपी चेतनेला वेगवेगळ्या अलौकिक संबोधनांनी संबोधित करून त्यांची स्तुती करत आहे. तो त्यांना अंतर्यामी (सर्वज्ञ, सर्व काही जाणणारे), या सृष्टीचे निर्माते ब्रह्मदेवांहूनही महान, सर्व देवतांचे राजे (देवेश), संपूर्ण चराचरात निवास करणारा (जगन्निवास), सत्–असत् यांच्या पलीकडील सच्चितानंदघन ब्रह्म असल्याचं सांगून, त्यांना वारंवार नमस्कार करत आहे.

अर्जुन श्रीकृष्णांना म्हणतो, ''आपण सर्व देवतांच्याही आधी विद्यमान असलेले देव (आदिदेव) आणि सदैव असणारे सनातन पुरुष आहात. ज्या प्रकारे सर्व दागिने सोन्यापासूनच बनतात. शिवाय ते पुन्हा जरी वितळवले तरीही पुन्हा त्यांचं रूपांतर सोन्यातच होतं. त्याच प्रकारे आपणही या जगताचे परम आश्रयधाम आहात. म्हणजेच हे जग आपल्यापासूनच निर्माण होतं आणि आपल्यातच विलीन होतं.''

ईश्वरीय अनुभवालाच, ध्यानाद्वारे जाणून घेतलं जातं. शरीरामध्ये सामावलेला अनुभवकर्तादेखील तोच आहे. आपल्यातील तेजस्थान, अंतरंगातील ईश्वरीय स्रोत, हृदयस्थानदेखील तोच आहे. स्वानुभवात अनुभवकर्ता, अनुभवाचा अनुभव घेत असतो. कारण या तिन्ही अवस्था एकच आहेत. म्हणून हे सत्य अर्जुन अशा प्रकारे व्यक्त करत आहे. तो म्हणतो, 'आपणच जाणणारे, आपणच जाणण्यायोग्य आणि परमधामही आपणच आहात.'

## ३९-४०

**श्लोक अनुवाद :** आणि हे हरी! आपणच वायू, परमनियंता, अग्नी, जल आणि

चंद्रदेखील आहात; आपण आदिजीव ब्रह्मदेव आहात. म्हणून माझा आपल्याला पुनःपुन्हा नमस्कार असो. नमस्कार! नमस्कार! नमस्कार!।।३९।।

हे अनंतवीर्य! आपल्याला पुढून, पाठीमागून आणि सर्व बाजूंनी नमस्कार असो. आपण अपार शक्तीचे स्वामी आहात, सर्वव्यापी आहात आणि म्हणून सर्व काही आपणच आहात।।४०।।

**गीतार्थ :** या जगात असे असंख्य भक्त झाले आहेत, ज्यांनी स्वबोध प्राप्त केला आणि मग त्याची आपापल्या पद्धतीने स्तुती केली. स्वानुभवात लीन होऊन संत मीराबाईंनी आपल्या पायांत घुंगरू बांधले आणि नृत्याभिव्यक्ती केली, तसेच त्यांनी भक्तिरसातील हजारो पदांची रचना केली. कबीरांचे दोहे, गुरू नानकांची पदरचना, संत ज्ञानेश्वरांची ग्रंथरचना, ईश्वराच्या वेगवेगळ्या शक्तींचं दर्शन घडविणाऱ्या वेगवेगळ्या मूर्ती, चित्र-प्रतिमा, भजन, सूफी संतांच्या रचना... या सर्व अभिव्यक्ती म्हणजे त्या अनुभवाची प्रशंसाच आहे. अर्जुन आपल्या समजेनुसार आपल्या शब्दांत त्या अनुभवाची, त्या चेतनेचीच स्तुती करत आहे. त्याला नवनव्या उपमांद्वारे आळवतो आहे. ही स्तुती म्हणजे त्याची वैयक्तिक नोंदवही असून हा त्याचा व्यक्तिगत अनुभव आहे, ज्याला तो आपल्या शब्दांत बांधत आहे.

अर्जुन म्हणतो, ‘‘आपण सर्व देवांचेही देव आहात म्हणून आपण वायू, यमराज, अग्नी, वरुण, चंद्र, प्रजेचे स्वामी ब्रह्मदेव इत्यादिकांचेही पिता आहात. आपणास हजारोवेळा नमस्कार असो! नमस्कार असो! आपणास सर्व बाजूंनी, सर्व दिशांनी नमस्कार असो!

अर्जुन श्रीकृष्णांना ‘अनंतरूप’ असंदेखील म्हणतोय, कारण आता त्याला हे समजलं आहे, की ते एकच, अद्वैत चैतन्य वेगवेगळ्या रूपांनी अभिव्यक्त होत आहे. संपूर्ण जगत् हे त्याच एका चेतनेनं व्यापलं आहे, परिपूर्ण आहे. त्याच चेतनेने सर्व रूपं धारण केलेली आहेत, त्याच्या बाहेर आणखी काहीही नाही. ती चेतनाच अनंत पराक्रमी आहे, कारण जे ती करू शकत नाही, अशी कोणतीही गोष्ट नाही. अनंत दिव्य गुणांनी युक्त अशा

त्या चेतनारूपी श्रीकृष्णांना अर्जुन वेळोवेळी नमस्कार करून आपल्यातील भक्तिभाव प्रकट करत आहे.

## ४१-४२

**श्लोक अनुवाद :** हे परमेश्वर! मी आपला महिमा न जाणता माझा मित्र मानून, हे कृष्ण, हे यादव, हे सख्या असे अनादराने संबोधले आहे. अशा प्रकारे जो-।।४१।।

प्रेमाने किंवा प्रमादाने मी जे काही बोललो असेल त्याबद्दल कृपया मला क्षमा करा. विश्रांतीच्या वेळी, चेष्टा करताना, एकाच शय्येवर शयन करताना किंवा एकत्र भोजन करताना अथवा बसताना आणि कधी कधी एकांतवासात तर कधी अनेक मित्रांसमक्ष मी आपला अपमान केला असेल तरी हे अच्युत! माझ्या त्या सर्व अपराधांना क्षमा करा।।४२।।

**गीतार्थ :** अनुज एक बेरोजगार मनुष्य होता, तो पुष्कळ दिवसांपासून नोकरीच्या शोधात होता. एकेदिवशी त्याला लांबवर असलेल्या हिलस्टेशनवर बांधलेल्या एका बंगल्याची देखरेख करण्याचं काम मिळालं. तो बंगला रिकामाच होता. तिथे फक्त किशन नामक एक कर्मचारी राहत असे, जो तिथे येणाऱ्या पर्यटकांना बंगला भाडेतत्त्वावर देत असे.

अनुज बंगल्यावर गेला आणि त्याने नोकरीस प्रारंभ केला. त्याची किशनशी चांगली मैत्री झाली. दोघेही एकटेच असल्याने ते एकमेकांचा आधार बनले. ते आळीपाळीने स्वयंपाक बनवत, एकत्रच भोजन करत आणि एकमेकांच्या अडीअडचणींत उपयोगी पडत. अनुज किशनशी इतका मिसळून गेला होता, की तो त्याचा घनिष्ठ मित्र असल्यासारखा अरेतुरे करू लागला. कधी कधी चेष्टा-मस्करी, तर कधी टीका-टिप्पणीही करू लागला. तर, कधी त्याच्या पाठीत धपाटाही घालू लागला.

एके दिवशी अनुज किशनला म्हणाला, ''या बंगल्याच्या मालकाची तर खूपच चैन आहे. इतका प्रशस्त बंगला असूनही तो रिकामाच पडून

आहे. शिवाय तो दुसरीकडे एका प्रशस्त बंगल्यात ऐश-आरामात राहतो. पण आपल्यासारख्या गरिबांना तर डोक्यावर एक छत बांधायलासुद्धा किती यातायात करावी लागते नाही का?'' यावर किशन म्हणाला, ''दुरून डोंगर साजरे दिसतात. तुला काय माहीत, की या बंगल्याचा मालक किती यातनांशी आणि एकाकीपणाशी झुंज देत आहे ते.'' अनुज म्हणाला, ''अरे व्वा! असं बोलतोस, जसं काही तुला खूप माहिती आहे त्याच्याविषयी.'' यावर किशन म्हणाला, ''होय, मी त्याच्याविषयी सर्वकाही जाणतो, कारण या बंगल्याचा मालक मीच आहे.''

आता जरा विचार करा, हे वास्तव समजल्यानंतर अनुजची स्थिती कशी झाली असेल! 'आपण ज्याचे नोकर आहोत, त्याच्याशी आपलं वर्तन कसं आहे... आपण कितीवेळा त्याच्यासमोरच त्याची (मालकाची) निंदानालस्ती करतो... तो आपला पगार वाढवत नाही... आपली काळजी घेत नाही... आपल्याला सेवा-सुविधा पुरवणं तर सोडाच, साधं भेटायलाही येत नाही, अशी टीका-टिप्पणी केली...' असे विचार करून अनुज खूप भयभीत झाला. आपल्या वर्तणुकीची लाज वाटून तो सारखा किशनकडे क्षमायाचना करू लागला.

या श्लोकांमध्ये अगदी अशीच स्थिती अर्जुनाचीही झाली आहे. किशन तर तसंही एक सर्वसामान्य मनुष्यच होता; परंतु श्रीकृष्ण, ते तर साक्षात परमचैतन्य होते. या सकल सृष्टीचे लालन-पालनकर्ते आणि स्वामीही... आणि अर्जुनाने मात्र त्यांना केवळ एक देहधारी समजूनच त्यांच्याशी वर्तन केलं, त्यांना आपला मित्र, आपला नातेवाईक समजलं. तो त्यांच्या चेतनेची उच्च अवस्था ओळखूच शकला नाही आणि आपल्या याच अपराधाकरिता तो श्रीकृष्णांकडे सातत्याने क्षमा-प्रार्थना करू लागला.

अर्जुन म्हणतोय, ''मी आपल्याला सदैव मित्र समजूनच वागलो. मी कधीच आपलं वास्तव स्वरूप जाणू शकलो नाही, त्यामुळे न जाणो कितीवेळा मी आपल्याशी असभ्य वर्तन केलं असेल, आपला अनादर केला असेल, कोणताही विचार न करता काहीबाही बरळत राहिलो असेन, चेष्टा-मस्करीही

केली असेल... चालता-फिरताना, उठता-बसताना, भोजन करताना अथवा झोपतानाही न जाणो मी कसा वागलो असेन. कदाचित एकांतात अथवा इतर मित्रमंडळींसमोरही माझ्याकडून कळत-नकळत आपला अपमानही झाला असेल... माझ्या या सर्व अक्षम्य अपराधांसाठी मी पुनःपुन्हा आपल्याकडे क्षमा मागतोय. कृपया मला माफ करा.''

## ४३-४४

**श्लोक अनुवाद :** हे विश्वेश्वर! आपणच या संपूर्ण चराचर सृष्टीचे पिता तसेच पूज्यनीय आध्यात्मिक गुरू आहात. आपल्यासम इतर कोणीही नाही तसंच आपल्यात कोणी एकरूपही होऊ शकत नाही. तर मग हे अतुलनीय शक्तिशाली भगवंता! त्रैलोक्यामध्ये आपल्यासमान, अधिक श्रेष्ठ कोण बरं असू शकेल?।।४३।।

म्हणून हे प्रभो! प्रत्येक जीवाचे आराध्य परमेश्वर आपणच आहात. मी साष्टांग प्रणाम करून आपल्याकडे कृपायाचना करत आहे. ज्याप्रमाणे पिता आपल्या पुत्राचा उर्मटपणा सहन करतो, एक मित्र दुसऱ्या मित्राचा उद्धटपणा सहन करतो किंवा पत्नी आपल्या पतीचा उद्दामपणा सहन करते त्याचप्रमाणे मला ही कृपया माझ्या अपराधांची क्षमा करा।।४४।।

**गीतार्थ :** या श्लोकांतही अर्जुनाची क्षमायाचना सुरूच आहे. तो श्रीकृष्णांची स्तुती, त्यांची प्रशंसा करण्यातच मग्न आहे.

या गोष्टींवर जर सखोलपणे मनन केलं, तर ज्ञात होईल, की प्रत्यक्षात या जगात एकच गुरुतत्त्व आहे आणि ते आहे चैतन्य! पाहताना वाटतं, की या जगात अनेक गुरू आहेत, जे आपापल्या पद्धतीने लोकांना ज्ञानदान करत आहेत. परंतु तो निव्वळ भास आहे. कारण त्यांची शरीरं वेगवेगळी भासत असली, तरी त्यांच्या अंतरंगातून तेच एक चैतन्य ज्ञानदानाचं कार्य करत आहे, ती चेतनाच वेगवेगळ्या शरीरांना आपलं माध्यम बनवत आहे. अर्जुन यावेळीही श्रीकृष्णांच्या शरीरासमोर नव्हे, तर त्यांच्या अंतरंगातील

गुरुचेतनेच्या समोरच नतमस्तक होत आहे.

श्रीकृष्ण वास्तवात कोण आहेत, हे अर्जुनाला आता समजलं आहे. त्यामुळेच तो इतका हतबल झाला आहे. कारण त्याने कळत-नकळत त्या परमचेतनेशी कधी न कधी असभ्य व्यवहार केल्याची त्याला जाणीव होत आहे.

आपल्यालाही गीतेच्या माध्यमातून हेच सर्वोच्च ज्ञान मिळत आहे, की विश्वातील प्रत्येक जिवात मूळस्वरूपात तेच एक चैतन्य सामावलेलं आहे, ज्याला आपण ईश्वर, अल्लाह, गॉड म्हणतो. आपण जर कोणाबाबत कधी काही चुकीची कृती अथवा विचार केला असेल, तर वास्तवात आपण त्या व्यक्तीचे नाही, तर त्या चेतनेचेच अपराधी आहोत. आपण जर कधी कोणाचं काही वाईट चिंतित असाल, तर वास्तवात स्वतःचंच वाईट करत असतो. इतरांना दिलेले शिव्या-शाप अथवा आशीर्वाद पुन्हा फिरून आपल्याकडेच येत असतात. म्हणून आपण आपले भाव, विचार, वाणी अथवा क्रियेद्वारे कर्म करत असताना खूपच सावध, सजग असायला हवं.

## ४५-४६

**श्लोक अनुवाद :** आणि हे विष्णो! यापूर्वी मी आपलं कधीही न पाहिलेलं विश्वरूप पाहून आनंदित झालो आहे. आपल्याला मुकुट धारण केलेलं, गदा आणि चक्र हातात घेतलेलं मला पाहायचं आहे. म्हणून हे देवाधिदेव, हे जगन्निवास! कृपया माझ्यावर प्रसन्न व्हा आणि आपलं चतुर्भुज रूप प्रकट करा।।४५।।

हे विश्वमूर्ते- आपलं हे रूप पाहून मी हर्षित झालो आहे. त्याचबरोबर माझं मन भयाने अति व्याकूळ होत आहे. म्हणून शंख, चक्र, गदा, पद्मधारी असं आपलं चतुर्भुज रूप मी पाहू इच्छितो. हे देवेश! हे जगन्निवास! आपण प्रसन्न व्हा।।४६।।

**गीतार्थ :** श्रीकृष्णांना भगवान विष्णूंचा अवतार असंही म्हटलं जातं.

पुराणग्रंथांत विष्णूच्या चतुर्भुज स्वरूपाचा उल्लेख आहे. या रूपात त्यांना चार हात असून, त्यात त्यांनी पद्‍म (कमळ), गदा, सुदर्शनचक्र आणि पाञ्चजन्य शंख धारण केलेला आहे. त्यांच्या मस्तकावर मुकुट आणि गळ्यात वैजयंतीमाला सुशोभित आहे. ईश्वराचं हे चतुर्भुज रूप शांत-सौम्य, तसंच सुखद स्वरूप मानलं जातं. त्यामुळे ते चेतनेच्या शांत आणि आनंददायी स्वरूपाचंच प्रतीक ठरतं.

अर्जुनाला ध्यानावस्थेत कित्येक प्रकारचे अनुभव आले; काही सुखद आणि इंद्रियातीत आनंद देणारे, तर काही खूपच भीतिदायक आणि व्याकूळ करणारे होते. त्यावेळी चेतनेचे सकारात्मक पैलूही त्याच्या अनुभवास आले आणि नकारात्मकही. मनाला भयप्रद अनुभव आल्यानंतर तो खूपच घाबरला. मग त्याच अवस्थेत तो ईश्वराकडे प्रार्थना करू लागला, की त्याला त्या चेतनेचा आनंददायक आणि शांतीदायक असाच अनुभव यावा. म्हणूनच श्लोकात वर्णन आलं आहे, तो श्रीकृष्णांकडे प्रार्थना करत आहे - ''आपलं हे आश्चर्यकारक रूप पाहून मला आनंददेखील होत आहे आणि त्याचबरोबर माझं मन भयकंपित होऊन व्याकूळदेखील होत आहे. त्यामुळे आपण आपल्या आनंददायक अशा चतुर्भुज विष्णुरूपाचंच दर्शन मला घडवा.''

ध्यानाच्या उच्चावस्थांमध्ये आपल्या शरीरातून विविध अनुभव प्रकटू लागतात, जे आपली शरीरावस्था आणि आपल्या स्मृतींवर अवलंबून असतात. आपल्यात सकारात्मक स्मृतीही असतात आणि नकारात्मक स्मृतीही. आता कोणत्या ध्यानाच्या वेळी, कधी कोणती स्मृती उफाळून येईल, हे तर आधी समजत नसतं. जेव्हा एखादी नकारात्मक स्मृती वर उफाळून येते, तेव्हा लोकांना खूप भीती वाटू लागते, त्याचप्रमाणे अर्जुनदेखील घाबरलेला आहे. परंतु या दोन्हीही बाबी त्या चेतनेचेच अंग आहेत, जी सकारात्मकही आहे आणि नकारात्मकही आहे. शिवाय दोन्हीही नाही, कारण चेतना ही या द्वैताच्या दोनमध्ये विभागलेल्या गोष्टींपलीकडे आहे. सकारात्मकता आणि नकारात्मकता ही तर आपल्या मनाची बिरुदं आहेत.

पण मन केवळ सकारात्मकच पाहू इच्छितं. ईश्वर असाच असायला हवा आणि ईश्वर मात्र म्हणत असतो, ''मी परिपूर्ण आहे, नकारात्मकतासुद्धा माझ्यातच सामावलेली आहे. म्हणजेच ईश्वरीय शक्तीबरोबरच असुरी शक्तीसुद्धा माझ्यात सामावलेली आहे.'' परंतु मनुष्याला हे स्वीकारता येत नाही. अर्जुनाचीदेखील आता तशीच अवस्था आहे.

ध्यानामध्ये काही सकारात्मक घडलं, तर आपण म्हणतो, ''ध्यान ही सर्वोत्तम गोष्ट आहे.'' काही नकारात्मक दिसलं, तर ''आज काही ध्यान चांगलं साधलं गेलं नाही'' असं आपण म्हणतो. यापुढे जर कधी ध्यानावस्थेत नकारात्मक अनुभव आले, तर अशावेळी आपण म्हणायला हवं, ''आज ईश्वराने मला आपलं दुसरं रूप दाखवलं;'' आणि मग जेव्हा कधी सकारात्मक अनुभव येतील, तेव्हा ''आज ईश्वराने आपलं अलौकिक चतुर्भुज रूप दाखवलं,'' असं आपण म्हणायला हवं. अशा रीतीने ध्यानसाधना केल्यास ती सहज-सुलभ होईल. ही ध्यानाबाबतची बहुमूल्य अशी समज आहे. म्हणून, सकारात्मक आणि नकारात्मक अशा दोन्ही गोष्टींचा स्वीकार करायला हवा.

**● मनन प्रश्न :**

१. या भागात श्रीकृष्णांच्या चतुर्भुज रूपाविषयी आपल्याला कोणती समज मिळाली?

२. या भागात दिलेल्या क्षमा-प्रार्थनेसह मनन करा, की ही क्षमा साधना आपल्याला कर्मबंधनांतून कशाप्रकारे मुक्त करत आहे?

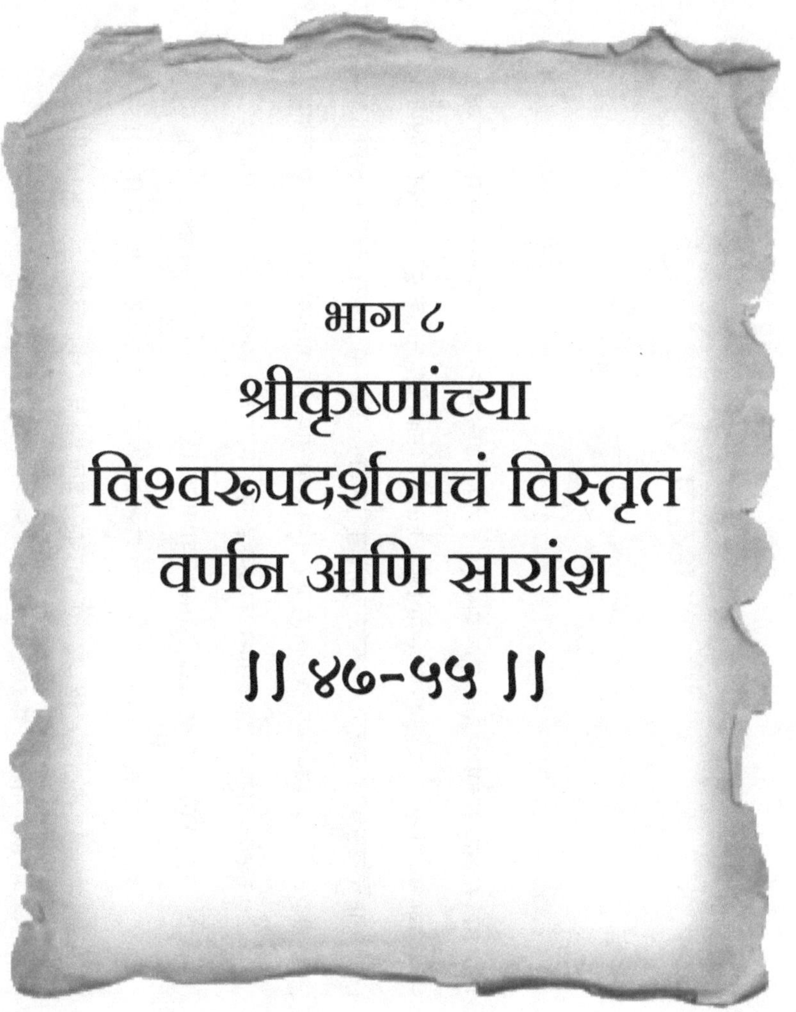

भाग ८

# श्रीकृष्णांच्या विश्वरूपदर्शनाचं विस्तृत वर्णन आणि सारांश

॥ ४७-५५ ॥

# अध्याय ११

मया प्रसन्नेन तवार्जुनेदंरूपं परं दर्शितमात्मयोगात् । तेजोमयं विश्वमनन्तमाद्यं यन्मे त्वदन्येन न दृष्टपूर्वम् ।।४७ ।।

न वेदयज्ञाध्ययनैर्न दानैर्न च क्रियाभिर्न तपोभिरुग्रैः। एवं रूपः शक्य अहं नृलोके द्रष्टुं त्वदन्येन कुरुप्रवीर।।४८।।

मा ते व्यथा मा च विमूढभावो दृष्ट्वा रूपं घोरमीदृङ्ममेदम्। व्यतेपभीः प्रीतमनाः पुनस्त्वं तदेव मे रूपमिदं प्रपश्य ।।४९ ।।

इत्यर्जुनं वासुदेवस्तथोक्तवा स्वकं रूपं दर्शयामास भूयः । आश्वासयामास च भीतमेनं भूत्वा पुनः सौम्यवपुर्महात्मा।।५० ।।

दृष्ट्वेदं मानुषं रूपं तव सौम्यं जनार्दन। इदानीमस्मि संवृत्तः सचेताः प्रकृतिं गतः।।५१।।

सुदुर्दर्शमिदं रूपं दृष्टवानसि यन्मम। देवा अप्यस्य रूपस्य नित्यं दर्शनकाङ्क्षिणः ।।५२।।

नाहं वेदैर्न तपसा न दानेन न चेज्यया। शक्य एवंविधो द्रष्टुं दृष्टवानसि मां यथा ।।५३।।

भक्त्या त्वनन्यया शक्य अहमेवंविधोऽर्जुन । ज्ञातुं द्रष्टुं च तत्वेन प्रवेष्टुं च परन्तप ।।५४।।

मत्कर्मकृन्मत्परमो मद्भक्तः सङ्गवर्जितः । निर्वैरः सर्वभूतेषु यः स मामेति पाण्डव।।५५।।

# ४७-४८

**श्लोक अनुवाद :** श्री भगवान म्हणाले, हे अर्जुन! मी तुझ्यावर प्रसन्न होऊन माझ्या अंतरंगातील शक्तीद्वारे माझं परम तेजोमय, असीम विराट रूप तुला दाखवलंय. तुझ्याखेरीज यापूर्वी माझं हे आद्य रूप कोणीही पाहिलेलं नाही।।४७।।

हे अर्जुना! मनुष्य लोकात यापूर्वी माझं हे विश्वरूप कोणीही पाहिलं नाही. कारण वेदाध्ययन केल्याने, यज्ञाने, दानाने, पुण्यकर्म केल्याने किंवा उग्र तप केल्यानेदेखील या भौतिक जगतात या विराट रूपात मला पाहणं शक्य नाही।।४८।।

**गीतार्थ :** श्रीकृष्णांनी अर्जुनासमोर आपल्या विश्वरूपदर्शनाचं विस्तृत वर्णन केलं. म्हणजेच त्या चैतन्याच्या सर्वव्यापकतेची प्रचिती घडवली. अर्जुनाच्या आता पूर्णपणे लक्षात आलं, की संपूर्ण सृष्टी हे त्या चेतनेचंच स्वरूप आहे, कोणत्याही शरीराची स्वतःची अशी, इतकी शक्ती असूच शकत नाही. ईश्वराचा अनुभव, ईश्वरीय कृपेनेच प्राप्त केला जाऊ शकतो. त्याच्या असीम, विराट अवस्थेचा अनुभव हा त्या रूपात सामावून गेल्यानंतरच अनुभवता येऊ शकतो. ज्या क्षणी आपलं मन, बुद्धी, अहंकार त्या चेतनेत विलीन होतो, त्या क्षणी आपलं स्वतंत्र अस्तित्व मिटून जातं आणि आपण ती चेतनाच बनून जातो, जसं श्रीकृष्ण आहेत.

श्रीकृष्ण अर्जुनाला म्हणतात, ''मी आपल्या योगशक्तीद्वारे म्हणजे कृपेच्या प्रभावाने माझ्या या परम तेजोमय, सर्वांचा आदि आणि असीम अशा विराट स्वरूपाचं दर्शन तुला घडवलं आहे, जे या आधीच तुझ्याशिवाय इतर कोणी पाहिलेलं नव्हतं.'' इथे लक्षात घेण्यासारखी गोष्ट ही आहे, की चेतनेचं ते विराट स्वरूप चेतनेव्यतिरिक्त इतर कोणीच पाहू शकत नाही. जोपर्यंत त्या शरीरात चेतनेव्यतिरिक्त 'इतर', म्हणजेच अहंकार जागृत आहे, तोपर्यंत चेतनेचा अनुभव प्रकट होऊ शकत नाही. हे 'इतर'देखील जेव्हा एकरूप (चैतन्यरूप) होऊन जातं, तेव्हाच स्वानुभव प्रकट होतो.

श्रीकृष्ण पुढे म्हणतात, ''मनुष्यांमध्ये माझ्या अशा प्रकारच्या विश्वरूपाचा अनुभव वेदांच्या अध्ययनाने, यज्ञ केल्याने, दानाने, वैदिक क्रिया-कर्मांने, अथवा कोणत्याही कठीण, उग्र तपश्चर्येनेही मिळू शकत नाही. याला कोणीही 'मी'

अथवा 'इतर' कोणी पाहू, अनभवू शकत नाही. जेव्हा तो 'इतर', 'अहम् ब्रह्मास्मी' म्हणजेच 'मी, तू, तो, ती, ते, सर्व... तेच एक ब्रह्म आहे,'मध्येच स्थापित होऊन जातो, तेव्हाच माझं हे रूप, हा अनुभव प्रकट होतो. 'अहम् ब्रह्मास्मी' हेच माझ्या या विश्वरूपाचं सार आहे.

## ४९-५०

**श्लोक अनुवाद :** माझं हे आक्राळ–विक्राळ रूप पाहून तू व्यथित आणि भ्रमित झाला आहेस, म्हणून हे मद्‌भक्ता! सर्व क्लेशांतून तू मुक्त हो. तुला जे रूप पाहण्याची इच्छा आहे, ते तू आता शांत चित्ताने पाहू शकतोस॥४९॥

तत्पश्चात संजय धृतराष्ट्राला म्हणाला, 'हे राजन! भगवान श्रीकृष्णांनी याप्रमाणे बोलून अर्जुनाला आपलं मूळ चतुर्भुज रूप दाखवलं आणि मग शेवटी सौम्य रूप प्रकट केलं. ज्यायोगे भयभीत अर्जुनाला दिलासा मिळाला'॥५०॥

**गीतार्थ :** इथे श्रीकृष्ण अर्जुनाची भयभीत आणि विचलित अवस्था लक्षात घेऊन, त्याला धीर देत म्हणतात, ''तू माझं अशा प्रकारचं भयंकर, अक्राळ-विक्राळ रूप पाहून घाबरू नकोस. तू निर्भय होऊन आणि प्रेमपूर्वक माझं ते चतुर्भुज रूपच बघ, जे पाहून तुला धैर्य आणि मनःशांती प्राप्त होते.''

या श्लोकांचा केवळ शब्दार्थ लक्षात न घेता, त्यांत दडलेला गर्भितार्थ विचारात घेतला तर, अर्जुन आता स्वानुभवाच्या अवस्थेत आहे, तो चेतनेची विविध रूपं, जसं- विश्वरूप, चतुर्भुज रूप, अक्राळ-विक्राळ असं भयंकर रूप... इत्यादी आपल्या अंतरंगातच पाहत आहे. सर्व प्रकारचे चांगले-वाईट अनुभव त्याच्या अंतरंगातूनच उमटत आहेत. तसंच, श्लोकांत चैतन्यरूपी श्रीकृष्ण परमात्म्याशी त्याचा जो संवाद वर्णिला आहे, तोदेखील त्याच्या अंतरंगातच सुरू आहे. त्याच चेतनेकडून संदेश प्राप्त होत आहेत आणि त्या चेतनेलाच प्रतिसाद दिला जात आहे.

आपल्या अंतरंगात सुरू असलेल्या या खळबळजनक अनुभवांनी

अर्जुन जेव्हा भयभीत होतो, तेव्हा ती चेतना त्याला संदेश देते, की तुला माझ्या कोणत्याही स्वरूपाने भयभीत होण्याची काहीही आवश्यकता नाही. त्यानंतर मग त्याला सौम्य, सुखद अनुभव प्राप्त होऊ लागले, त्यांनाच या श्लोकांमध्ये श्रीकृष्णांचं चतुर्भुज रूप असं म्हटलं गेलं आहे.

## ५१

**श्लोक अनुवाद :** त्यानंतर अर्जुन म्हणाला, हे जनार्दना, आपलं हे अतीव सुंदर मनुष्य रूप पाहून मी आता शांतचित्त झालो आहे आणि पुन्हा आपल्या पूर्वस्थितीत आलो आहे।।५१।।

**गीतार्थ :** या श्लोकातील वर्णनानुसार, श्रीकृष्णांचं अक्राळ-विक्राळ रूप पाहून व्याकूळ झालेल्या अर्जुनाने, त्यांच्याकडे पुन्हा शांत, मनोहारी मनुष्यरूपात दर्शन देण्याची प्रार्थना केली. श्रीकृष्णांनी तसं केल्यावर त्याची व्याकुळता दूर झाली, तो स्थिर आणि शांतचित्त झाला, त्याची नैसर्गिक स्थिती पुन्हा परतली. म्हणजेच आता अर्जुन ध्यानावस्थेत प्राप्त होणाऱ्या अलौकिक अनुभवांतून बाहेर पडला आहे. आता श्रीकृष्ण पुन्हा त्याच्यासमोर त्याचा मित्र, सारथी म्हणून सामान्य रूपात उपस्थित आहेत. परंतु आता अर्जुनाला त्यांच्या आणि स्वतःच्या खऱ्या स्वरूपाची जाणीव झाली आहे. दोघांच्याही शरीरांद्वारे एकच चैतन्य अभिव्यक्त होत आहे, हे त्याला समजलं आहे.

इथे आणखी लक्षात घेण्यासारखी बाब म्हणजे गीतेच्या या अध्यायात श्रीकृष्णांच्या विविध दिव्य, अलौकिक स्वरूपांचं वर्णन असं करण्यात आलं आहे, की त्यांना अनेकानेक, हजारो, आकृत्या, रंग, रूप, बाहू इत्यादी आहेत... त्यांचं मुख इतकं विशाल आहे, स्वरूप असं विराट आहे... अशी वर्णनं वाचून लोक भ्रमित होतात. गीतेत तर असं चतुर्भुज रूप सांगितलेलं आहे... आपल्याला जर असंच रूप दिसलं, तरच ते ईश्वरदर्शन, अन्यथा ते ईश्वरदर्शन नव्हे... असं असं घडलं तरच तो अनुभव, अन्यथा तो काही

अनुभव नव्हे. अशा प्रकारे धार्मिक पुस्तकं, ग्रंथांचे दाखले देऊन लोक आपलं मत सिद्ध करू पाहतात, त्यावर तर्क मांडत बसतात. परंतु हा तर ध्यानाचा अनुभव आहे, हा 'अहम् ब्रह्मास्मी'चा अनुभव आहे. तो जर अंतरंगात प्रचित झाला असेल, तर त्याचं एक निश्चित असं वर्णन बाह्यदृष्ट्या कसं होऊ शकेल बरं?

अनुभव अंतरंगात होतो पण बाह्यदृष्ट्या त्याचं वर्णन करण्याची सर्वांना सवलत, मुभा आहे. आपापल्या इच्छेनुसार ज्याला जे वाटेल त्या शब्दांत, हव्या त्या प्रतीकांद्वारे, हव्या त्या उपमा देऊन, हवी ती चित्रं रेखाटून... ज्याला जसं आवडेल, तसं त्याने वर्णन करावं. परंतु हे लक्षात घ्यायला हवं, की हे केवळ वर्णन आहे, अनुभव नव्हे. हा तर व्यक्त करण्याचा केवळ एक प्रयत्न आहे. आपणही आपला अनुभव स्वतःच, स्वतःच्या शैलीत मांडला, तर तेच आपल्यासाठी चतुर्भुज रूप आहे, तेच विश्वरूप ठरेल...

आपण हे अनुभव आपल्या नोंदवहीत लिहून ठेवू शकता. दुसऱ्यांच्या नोंदवहीत कधीही गुंतू नका आणि कोणाला गुंतवूही नका. अन्यथा इतर लोक जेव्हा एखाद्याचा विशिष्ट अनुभव ऐकतात, तेव्हा त्यांना त्रास होतो, 'अरे, याला तर असा अनुभव आला, मला कधी असा आलाच नाही!' अशी कित्येक पुस्तकं लोकांनी लिहिली आहेत, ज्यांत त्यांनी आपल्या ध्यानावस्थेतील अनुभवांचं वर्णन केलं आहे. मग लोक ती वाचून आधी खुश होतात, 'अरे, आपणसुद्धा असंच करायचं, म्हणजे आपल्यालासुद्धा असेच अनुभव प्राप्त होतील.' मग कालांतराने नाराज होऊन तेच म्हणतात, 'मला तर असे काहीच अनुभव मिळाले नाहीत.' यामुळे स्वानुभव प्राप्त करण्याच्या सहज-सोप्या गोष्टीही किती कठीण होऊन बसतात! आपल्या असण्याची अनुभूती, जी एकाअर्थी आपल्या अंतरंगातील अनुभवच आहे... पण इतकं सारं सोपं असूनही ते प्राप्त करणं कठीण होऊन जातं. कारण आपण इतरांच्या नोंदवहीनुसार वागण्याचा आणि काही मिळवण्याचा प्रयत्न करत असतो. अशा चुकांपासून आपण नक्कीच सावध राहायला हवं.

# ५२-५४

**श्लोक अनुवाद :** श्रीभगवान म्हणाले, हे अर्जुना! आता तू माझं जे चतुर्भुज रूप पाहत आहेस त्याचं दर्शन होणं अतिशय दुर्लभ आहे. देवतासुद्धा हे मधुर रूप पाहण्याची संधी प्राप्त करण्याचा प्रयत्न करत असतात।।५२।।

आणि हे अर्जुना! ज्या प्रकारे तू हे चतुर्भुज रूप तुझ्या दिव्य चक्षूंद्वारे रूप पाहत आहेस ते केवळ वेदाध्ययनाने, कठोर तपाने, दानाने किंवा यज्ञाने जाणणं शक्य नाही।।५३।।

परंतु हे परमतप अर्जुना! माझं हे चतुर्भुज रूप प्रत्यक्ष पाहण्यासाठी, तत्त्वाने जाणण्यासाठी, त्यात प्रवेश करण्यासाठी केवळ अनन्य भक्तियोगच समर्थ आहे।।५४।।

**गीतार्थ :** इथे श्रीकृष्ण खूपच महान अशा रहस्याचा उलगडा करत आहेत. ते सांगत आहेत, की चेतनेचं दर्शन, म्हणजेच स्वानुभव हा एक अत्यंत दुर्मीळ असा अनुभव आहे आणि तो प्राप्त करणं हे मनुष्यासाठीच काय; पण देवतांसाठीही अतिशय कठीण, दुर्लभ अशी गोष्ट आहे.

परंतु तो कठीण का आहे? तर याचं उत्तरही ते पुढील श्लोकात देत आहेत. स्वानुभवाची प्राप्ती करणं अत्यंत कठीण आहे, कारण या जगात ईश्वरप्राप्तीचं साधन म्हणून ज्या काही चाली-रीती उदाहरणार्थ, पूजा-अर्चा, कर्मकांडं, वेदपठण, जप-तप, दान-यज्ञ... इत्यादी प्रचलित आहे, त्यांच्या माध्यमातून तो प्राप्त करता येऊ शकत नाही.

परंतु या साऱ्या विधी तर पूर्वापार चालत आलेल्या आहेत, अनेक महात्म्यांनी यांच आधारे स्वानुभवाची प्राप्ती केली आहे, मग तरीही सर्वजण तो का प्राप्त करू शकत नाहीत? या 'का'चं उत्तर त्यांनी पुढील श्लोकात दिलेलं आहे. स्वानुभवाची प्राप्ती कोणत्याही कर्मकांडाने करता येत नाही, तर ती केवळ एकाच सद्‌गुणाने प्राप्त करता येऊ शकते आणि तो सद्‌गुण

म्हणजे 'अनन्यभक्ती'! पण अनन्यभक्तीच्या अवस्थेप्रत भक्त तेव्हाच पोहोचू शकतो, जेव्हा त्याच्याकडे एक मौलिक गोष्ट असेल, ती म्हणजे 'समज!' कारण समज नसेल, तर कोणताही भक्त केवळ विधिविधान, कर्मकांड आणि अंधविश्वासातच गुंतून राहू शकतो. मग इतरांच्या वैयक्तिक नोंदवहीतील अनुभव त्याला भ्रमित करू शकतात.

अर्जुनदेखील एक मनुष्यच होता, परंतु त्याला श्रीकृष्णांसारखे सद्गुरू लाभले होते. त्यांनी त्याला गीताज्ञानाचा उपदेश करून क्रमाक्रमाने त्याची समज वृद्धिंगत केली. आपल्या उपदेशाने त्याच्यातील भक्तिभाव जागृत केला, त्यामुळेच त्याला स्वानुभवाची प्राप्ती होऊ शकली. प्रल्हाद तर असुरवंशाचे होते, तरीही त्यांना नारदांसारखे गुरू लाभले, त्यांच्याकडून त्यांना ज्ञान आणि भक्तीचा आशीर्वाद लाभला.

सांगण्याचा मथितार्थ असा, की मनुष्य असो वा देवता किंवा राक्षस... तो कोणत्याही जातिधर्माचा, स्वभावाचा असो, त्याचा भूतकाळ कसाही असो... पण त्याला जर योग्य समज मिळाली, त्याला स्वानुभव प्राप्त करण्याची मनापासून तृष्णा असली, त्याच्यात अनन्य भक्तिभाव जागृत झाला, तर त्याला स्वानुभवाची प्राप्ती नक्कीच होते.

ज्या लोकांनी पूर्ण समज बाळगून आणि भक्तिभावासह यज्ञ, तप, दान इत्यादी केलं, त्यांच्या त्या आयोजनालाच यशप्राप्ती मिळाली. शिवाय ज्यांच्या विधिविधानामागे समज आणि भक्तीचा अभाव होता, त्यांना अपयशाची प्राप्ती झाली. कारण सफलतेची किल्ली म्हणजे विधी नव्हेत, तर त्यामागे असलेली समज (ज्ञान) आणि भक्तीच होय.

वेद, तर परमचैतन्याच्या 'एकम्' स्वरूपाचा आणि 'अहम् ब्रह्मास्मी' या बोधवाक्यामागील योग्य समजेचा उद्घोष शतकानुशतके करत आहेत. परंतु लोक मात्र ते घोकंपट्टी करणाऱ्या पोपटासारखं वाचून, आठवून त्याचा उपयोग निरर्थक वाद-विवाद करण्यासाठी करत असतात. वेदांतील सत्याची

योग्य समज त्यांच्या अंतरंगापर्यंत पोहोचतच नाही. कारण त्यांच्यात खरा भक्तिभावच नसतो. अनन्य भक्तिभाव जागृत झाल्यानंतर वेदांचं वाचन करण्याचीही गरज पडत नाही. तो भावच मनुष्याला अहंकारशून्य करून टाकतो.

हेच सत्य सांगताना श्रीकृष्ण म्हणतात, ''हे अर्जुना! अनन्य भक्तीद्वारेच मी (चेतना) प्रत्यक्ष पाहण्यास(स्वानुभव करण्यास) तत्त्वाद्वारे जाणण्यास (सांख्ययोगाची समज प्राप्त करण्यास), तसंच एकीभाव (अहम् ब्रह्मास्मीची समज) प्राप्त करण्यासही शक्य (मिळालेली परिस्थिती आणि संसाधनांद्वारे प्राप्त केला जाऊ शकणारा) होऊ शकतो.''

म्हणजेच अनन्य भक्तीद्वारेच मला तत्त्वतः जाणता येऊ शकतं. माझ्या अनुभवाची प्रचिती घेतली जाऊ शकते आणि माझ्याशी एकरूपताही साधली जाऊ शकते. याखेरीज माझ्यात लीनही होता येतं.

## ५५

**श्लोक अनुवाद :** हे अर्जुना! जो पुरुष माझ्यासाठी संपूर्ण कर्तव्यकर्म करणारा, माझी विशुद्ध भक्ती करणारा, आसक्तिरहित होऊन सर्व प्राणिमात्रांशी मित्रत्वाने वागणारा असतो, तो अनन्य भक्तियुक्त पुरुष निश्चितपणे मलाच प्राप्त होतो।।५५।।

**गीतार्थ :** लोकांच्या मनात कित्येकदा असा प्रश्न निर्माण होतो, की ईश्वराने या जगाची निर्मिती का केली असावी बरं? आणि त्यात भर म्हणून मनुष्यप्राण्याची रचना का केली असावी...? ईश्वराने मानवाला आपल्या प्रतिकृतीच्या स्वरूपात, यंत्ररूपात साकारलं. कारण या मानवी साकार शरीराद्वारे तो निराकार ईश्वर आपली अनुभूती घेऊ इच्छित होता... आपल्या गुणांची अभिव्यक्ती करू इच्छित होता... त्यामुळे त्याने या जगताच्या रूपाने एक मंच साकारला, जेणेकरून निरनिराळ्या मानवी शरीरांद्वारे वेगवेगळे

प्रयोग करून त्याला नवनवे गुण... नवनव्या शक्यता प्रकट करता याव्यात.

आपण दररोज विविध वृत्तपत्रांमधून, वृत्तवाहिन्यांवरून मनुष्याचे असे काही पराक्रम वाचत, ऐकत, पाहात असतो, ज्यावर सहजासहजी विश्वासच बसू शकत नाही. कोणी असंही करू शकतं, हे खरंच वाटत नाही. साहस, धैर्य, शक्ती, बल, पराक्रम, करुणा, सेवा, भक्ती... इत्यादी ईश्वरीय गुणांची अभिव्यक्ती वेगवेगळ्या शरीरांद्वारे होत आहे. परंतु त्या शरीरांना मात्र आपण वास्तवात कोण आहोत, आपलं वास्तविक स्वरूप काय, याची जाणीवच नसते. आपल्या शरीराद्वारे कोण कार्यरत आहे, कोण अभिव्यक्त होत आहे, हे त्यांना समजतच नाही. त्यांना जर ही समज प्राप्त झाली, तर तेही अर्जुनाप्रमाणेच कोणत्याही द्विधावस्थेत न राहता; संशय, भय, मोह, तिरस्कार इत्यादी विकारांतून मुक्त होऊन, आपली कर्तव्यकर्मं यथायोग्यरीत्या पार पाडू शकतील. स्वतःमधील सर्वोच्च शक्यता विकसित करू शकतील.

वास्तविक, स्वतःला जाणून, स्वानुभव प्राप्त करणं आणि त्याच अवस्थेत स्थित राहून या जगात वावरत असताना ईश्वरीय गुणांची अभिव्यक्ती साकारणं, हेच मानवी जीवनाचं मूळ उद्दिष्ट आहे. याच उद्दिष्टपूर्तीचा मार्ग श्रीकृष्ण या श्लोकाद्वारे सांगत आहेत.

ते म्हणतात, प्रत्येक मनुष्याने स्वानुभव प्राप्त करण्यासाठी, जे अनिवार्य गुण आत्मसात करायचे आहेत, ते म्हणजे –

- 'तो मनुष्य केवळ माझ्याचसाठी सर्व कर्तव्य–कर्मं करणारा असावा.' म्हणजेच त्याने कर्माचं आचरण करत असताना कर्मफळ ईश्वराला अर्पण करून, तटस्थ राहून, उत्साहाने आपली सर्व कर्तव्य–कर्मं पार पाडावीत, त्यांविषयी विरक्ती नसावी.
- 'तो मत्परायण आणि माझा भक्त असावा.' खरंतर हे दोन्हीही गुण एकच आहेत. ईश्वरपरायण होण्याचा अर्थ आहे, त्याची केवळ

ईश्वरावरच प्रीती असावी, तो मोह-मायेत आसक्त झालेला नसावा. याअर्थाने केवळ एक ईश्वरभक्तच ईश्वरपरायण होऊ शकतो.

- 'तो आसक्तीरहित असावा.' म्हणजेच ईश्वरपरायण असतानाच त्याने मोह-मायारूपी आसक्तीचा त्याग करणंही अत्यावश्यक आहे. कारण आपण एकाचवेळी दोन जहाजांत बसून प्रवास करू शकत नाही. मोह-मायेच्या आसक्तीचा त्याग करणं म्हणजे जगरहाटीनुसार आपले व्यवहार थांबवणं, असा होत नाही. तर त्याने या मायेच्या गर्भात राहूनच आपली भूमिका योग्यप्रकारे पार पाडायला हवी. कर्तव्यकर्मं तर करायलाच हवीत; पण त्याचबरोबर ही कर्मं कोणाद्वारे केली जात आहेत, याची समजही त्याच्यात असायला हवी.

- 'तो सर्व भूतमात्रांविषयी निर्वैर असावा.' जेव्हा सांख्ययोगाची म्हणजे ज्ञानयोगाची समज प्राप्त होते, तेव्हा 'भूतो भवति भगवंत' अशी अवस्था होते. मग सर्वत्र, सर्व ठिकाणी, सर्व जिवांमध्ये त्याच एका चैतन्याचा निवास दिसू लागतो. चराचरांत सर्व ठिकाणी मीच भरलेला आहे, माझ्याहून वेगळं असं काहीच नाही, जे काही आहे, ते सर्व मीच आहे, असा भाव प्रकटू लागतो आणि या भावात स्थापित झाल्यानंतर मग कोणाहीविषयी वैरभाव शेष राहात नाही. सर्वत्र भगवद्‌भाव जागृत झाल्याने तो अत्यंत अपराधी असला तरी त्याच्यात वैरभाव राहत नाही, मग इतरांविषयी तर काही बोलायलाच नको. त्याऐवजी त्याच्या हृदयातून नेहमी प्रेम, दया, करुणा, क्षमा असेच भाव उमजू लागतात.

श्रीकृष्ण पुढे म्हणतात, 'या सर्व गुणांनी युक्त असलेला माझा अनन्यभक्त मलाच, स्वानुभवालाच प्राप्त होतो.'

**● मनन प्रश्न :**

१. या जगात ईश्वरप्राप्तीकरिता कोणकोणती साधनं प्रचलित आहेत? ती कधी यशदायी, तर कधी अपयशी का ठरतात? असा कोणता मूळ गुण आहे, ज्याद्वारे स्वानुभवाची प्राप्ती होऊ शकते, यावर मनन करा.

२. श्लोक क्र. पंचावन्नमध्ये श्रीकृष्णांनी सांगितलेल्या स्वानुभवप्राप्तीसाठी अनिवार्य असलेल्या गुणांवर मनन करा.

---

*हे पुस्तक वाचल्यानंतर आपला अभिप्राय कृपया या पत्त्यावर अवश्य पाठवा.*

*Tej Gyan Global Foundation, Pimpri Colony Post Office, P.O.Box 25, Pune-411017. Maharashtra (India).*

# परिशिष्ट

## स्वानुभवप्राप्तीची गरज का...
## विश्वरूपदर्शन योग ध्यान

**मो**ह आणि दुःखामुळेच अर्जुनाला गीतेचं अमूल्य ज्ञान मिळालं; त्याला ईश्वराच्या विश्वरूपाचं दर्शन घडलं, म्हणजेच स्वानुभव प्राप्त झाला, हे तर आपणा सर्वांना ठाऊकच आहे. समजा, त्याच्या आयुष्यात ही परिस्थिती निर्माणच झाली नसती, तर काय झालं असतं? जर त्याचं आयुष्य सदैव सुखेनैव सुरू राहिलं असतं, कौरव-पांडवांतील आपापसांतील संबंध प्रेमळ आणि सौहार्दपूर्ण असते, तर काय झालं असतं...? तशा स्थितीतही त्याच्या अंतरंगातून विश्वरूपदर्शनप्राप्तीची इच्छा जागृत झाली असती का?... सत्यविषयक प्रार्थना निर्माण झाली असती का...? कदाचित नाही.

'स्वानुभवाची प्राप्ती हेच तुझ्या जीवनाचं मूळ उद्दिष्ट आहे... त्यावर आधी लक्ष केंद्रित कर... माझ्याकडून गीता ऐकून घे,' असं श्रीकृष्णांनी त्याला बळजबरीने जरी समजावलं असतं, तरी तो काय म्हणाला असता बरं? कदाचित जे हल्ली बहुतांश लोक म्हणत असतात, तेच म्हणाला असता. 'आता मला वेळच नाही, खूप कामं पडली आहेत, वेळ मिळाल्यानंतर बघू... स्वानुभवाच्या प्राप्तीशिवायही आमचं आयुष्य उत्तमप्रकारे व्यतीत होत आहे, मग इतका खटाटोप का करायचा...' इत्यादी.

आयुष्यात सर्वकाही उत्तमप्रकारे, सुरळीत चाललेलं असतानाही, वेळ

नसतानाही स्वानुभवाची प्राप्ती करणं का आवश्यक आहे, हे एका उदाहरणावरून आपण समजून घेऊ या.

एक मुलगा होता, त्याचं नाव होतं मानव. त्याचे काका परदेशात स्थायिक झालेले होते. ते खूप नामवंत, प्रख्यात असे शास्त्रज्ञ होते. एकेदिवशी त्यांनी मानवला एक स्कूटर भेट म्हणून पाठवली. परंतु त्याबरोबर, त्या स्कूटरची संपूर्ण माहिती असलेली माहितीपुस्तिका पाठवायला मात्र ते विसरले. दुर्दैवाने विदेशातून ती स्कूटर मानवपर्यंत पोहोचण्याआधीच त्या काकांचं अचानक देहावसान झालं, त्यामुळे ती माहितीपुस्तिका त्याच्यापर्यंत कधी पोहोचूच शकली नाही.

मानव ती स्कूटर मिळाल्याने खूपच आनंदी होता, कारण ती खूपच आकर्षक, खूप वेगाने चालत असे आणि तिच्यात कधी बिघाडही होत नसे. मानवची नोकरी तशी सर्वसाधारणच होती, त्यामुळे तो कधी कार खरेदी करू शकला नाही. त्याने वर्षानुवर्षे त्या स्कूटरचा वापर केला; परंतु आपल्या मित्रांकडे कार पाहिल्यानंतर, अथवा पावसाळी वातावरणात त्याला नेहमी वाटायचं, कदाचित आपल्याकडेही एखादी कार असती तर... त्याला विमानप्रवास करण्याचीही खूप इच्छा होत असे, परंतु त्याच्याकडे तितके पैसे नसत. अशास्थितीत, 'काही हरकत नाही, किमान आपली स्कूटर तरी व्यवस्थित चालते,' याच गोष्टीवर तो समाधान मानत असे.

स्कूटर मिळाल्यानंतर वीस वर्षांनी एकेदिवशी मानवला पोस्टाद्वारे त्या स्कूटरची माहिती पुस्तिका मिळाली, जी त्याच्या काकीने पाठवलेली होती. काकांच्या ग्रंथालयाची साफसफाई करत असताना कित्येक वर्षांनंतर त्यांना ती माहितीपुस्तिका सापडली होती. माहितीपुस्तिका हाती पडताच मानवने ती वाचण्यास प्रारंभ केला तेव्हा त्याचं भानच हरपून गेलं. कारण ज्याला तो केवळ स्कूटर समजत होता, ते खूपच चमत्कारी असं वाहन होतं.

त्या वाहनात एक असं बटन होतं, ज्याला स्पर्श केला तर त्या स्कूटरचं कारमध्ये रूपांतर होत असे. आता मानवला खूपच दुःख झालं, तो पश्चात्ताप करू लागला, आयुष्यभर आपण या स्कूटरवरून पावसात भिजत राहिलो, उन्हामुळे-ट्राफिकमुळे त्रस्त होत राहिलो... कदाचित आपल्याला जर कुणी हे आधीच सांगितलं असतं तर... या विचाराने तो दुःखी झाला.

तो ती माहितीपुस्तिका पुढे वाचू लागला, तेव्हा तर त्याने आपल्या कपाळावर

हातच मारून घेतला. कारण त्या स्कूटरमध्ये अशीही काही बटनं होती, ज्यांना स्पर्श करून त्या स्कूटरचं हेलिकॉप्टरमध्ये रूपांतर करणंदेखील सहज शक्य होतं. ज्या गोष्टींसाठी तो आयुष्यभर तळमळत होता, ती गोष्ट तर त्याच्याजवळच होती. परंतु केवळ माहिती नसल्यानेच तो तिचा वापर करू शकला नाही. हे म्हणजे असंच झालं ना, जसं अज्ञानामुळे एखाद्याने अमूल्य अशा हिऱ्याचा हयातभर पेपरवेट म्हणून वापर करावा आणि आयुष्यभर आपल्या दारिद्र्याचं रडगाणं गात राहावं.

आता आपल्या हे लक्षात आलंच असेल, की आपल्यालादेखील अनंत शक्यतांनी परिपूर्ण असं शरीररूपी वाहन लाभलंय; परंतु आपण त्याचा यथायोग्य, परिपूर्ण वापर करूच शकलो नाही. ज्या शरीराद्वारे स्वानुभवाची प्राप्ती करून ईश्वर प्राप्त करता येतो, त्या शरीराला आपण सामान्य मानव समजून दुःख, चिंता आणि ताण-तणावांनी भरलेलं दयनीय आयुष्यच व्यतीत करत असतो.

अर्जुनाला तर अत्यंत बिकट परिस्थितीत गीतेचं ज्ञान मिळालं होतं; परंतु आपल्याला मात्र, या पुस्तकाद्वारे ते खूपच सहजपणे मिळतंय. याचा सुयोग्य लाभ घेऊन दिव्य जीवन जगण्यास प्रारंभ करा. त्यासाठी इथे एक ध्यानविधी देत आहोत. म्हणून कोणतेही पूर्वग्रह न बाळगता आणि ध्यानाविषयी असलेल्या आपल्या पारंपरिक धारणा न बाळगता, हा स्वानुभव प्राप्त करा. आपली वैयक्तिक नोंदवही आपण स्वतःच तयार करा.

चला, आपल्या या शरीराशी अनासक्त होऊन, तटस्थपणे, आपल्या असण्याच्या जाणिवेशी जोडणाऱ्या या ध्यानविधीबाबत विस्ताराने जाणूया.

१. या ध्यानसाधनेस आरंभ करण्यापूर्वी निश्चित अशी कालमर्यादा निर्धारित करून, तसा अलार्म लावून ठेवा. ध्यानाकरिता डोळे मिटून घेण्याआधी हे पूर्णपणे वाचून, समजून घ्या.

२. डोळे मिटून ध्यानावस्थेत बसल्यानंतर सर्वप्रथम आपण आपलं लक्ष श्वासांवर केंद्रित करा. आपला श्वासोच्छ्वास मंद गतीने होत असो वा वेगाने, दोन्हीही स्थितीत आपण श्वासमालेकडे केवळ पाहायचं आहे, त्यावर नियंत्रण मिळवण्याचा प्रयत्न करू नका.

३. एक मिनिट श्वासोच्छ्वासावर लक्ष केंद्रित केल्यानंतर, आता हे निश्चित

करायचं आहे, की दुसऱ्या मिनिटात आपण केवळ सातवेळाच श्वास घेणार आहोत, त्यासाठी आपल्याला आपल्या श्वासोच्छ्वासाची गती मंद करायची आहे.

४. श्वासोच्छ्वासांची गती जसजशी मंद होत जाईल, तसतशा स्वतःला सूचना द्या, श्वासांबरोबरच आपलं मन आणि बुद्धीही हळूहळू संथ-शांत होऊ लागली आहे.

५. आपलं ध्यान जेव्हा आंतरिक शांतीकडे वळेल, तेव्हा आपल्यातील विवेकाद्वारे स्वतःला विचारा, 'मी कोण आहे?' या प्रश्नाचं उत्तर विचारांतून नव्हे, तर त्यांमागे दडलेल्या मौनातून मिळवण्याचा प्रयत्न करा.

६. अनासक्त अवस्थेत शरीर आणि विचारांपासून दूर राहून स्वतःला जाणून घेण्याचा प्रयत्न करा. या क्षणी जो श्वासोच्छ्वास आपल्या आत-बाहेर सुरू आहे, तो आपल्याद्वारे नव्हे, तर आपल्या शरीराद्वारे सुरू आहे, हे आपल्या अनुभवाने जाणून घ्या. सुरुवातीला हे आपल्याला कठीण वाटू शकेल; परंतु आपण जेव्हा शरीरातीत आणि विचारातीत आपल्या अस्तित्वाच्या जाणिवेत (आहा, तेजम, तेजस्थान, सेल्फ) राहाल, तेव्हा आपल्यासाठी हे सर्व सहज सोपं होत जाईल.

७. विचारांपासून ध्यान हटवणं कदाचित आपल्याला कठीणही वाटू शकेल; परंतु अशावेळी 'मी कोण आहे?' हा प्रश्न सतत स्वतःला विचारत राहा, त्यामुळे 'आहा'वर ध्यान केंद्रित करणं सहज-सुलभ होऊन जाईल. 'मी दुर्बिणीद्वारे जसं आकाशातील तारे पाहू शकतो, त्याचप्रकारे शरीर आणि विचार यांच्या अस्त्विामुळे आपल्या असण्याची अनुभूती प्राप्त करू शकतो. दुर्बीण म्हणजे मी नव्हे, ती माझ्यापासून वेगळी, स्वतंत्र अशी गोष्ट आहे. त्याचप्रमाणे हे माझं शरीर आणि विचारदेखील माझ्या असण्याच्या अनुभूतीहून वेगळे, स्वतंत्र आहेत,' हे स्वतःला सांगा.

८. आपण जेव्हा शरीरातून जाणवणाऱ्या संवेदना आणि विचारांवरून आपलं लक्ष दूर कराल, तेव्हा स्वतःला जाणणं, आपल्यासाठी सहज-सोपं होईल.

९. कोणतेही तरंग नसताना पाणी जेव्हा शांत असतं, तेव्हा त्याच्या तळाशी दडलेली रहस्यं प्रकटू लागतात. त्याचप्रमाणे शांत-स्वस्थ शरीर-मनाने

जेव्हा आपण आपल्या असण्याच्या अनुभूतीत जाल, तेव्हा स्वानुभव प्रकटण्याची सुरुवात होऊ लागेल.

१०. स्वतःला कोणत्याही साच्याशिवाय आणि कोणतंही बिरुद न लावता पाहण्याचा प्रयत्न करा. या अवस्थेत 'यावेळी माझ्या अंतरंगात काय सुरू आहे,' असा प्रश्न स्वतःला विचारा.

११. 'मी कोण आहे,' हा प्रश्न जेव्हा आपण स्वतःला वारंवार विचाराल, तेव्हा आपल्या विचारांची गती आपोआपच कमी कमी होत जाईल. मग शरीरातीत अस्तित्वाची जाणीव आपल्या आतूनच प्रकट होण्यास मदत मिळेल आणि शरीर व विचारांकडे आपण तटस्थपणे पाहू शकाल.

१२. आपल्या मनात सुरू असलेले समस्यांबाबतचे विचारदेखील 'मी कोण आहे?' या प्रश्नाबरोबरच विलीन होण्यास साहाय्य मिळेल. मात्र स्वतःला याची जाणीव करून द्या, की आपण या समस्यांहून वेगळे आहोत.

१३. आपण ज्या अनुभवाची प्रचिती घेत आहात, त्याला शब्दरूप देण्याचा प्रयत्न करा. वेगवेगळ्या शब्दांद्वारे, वेगवेगळ्या उपमांचा वापर करून, त्या अनुभवाचं वर्णन करा. आपण जर एखाद्या खोलीत शांत, निवांत, एकांतात बसलेले असाल आणि शक्य असेल, तर आपण जोरात बोलू शकता.

१४. आपल्या असण्याच्या जाणिवेतून आपल्याला जर आपल्या स्वातंत्र्याची अनुभूती मिळत असेल, तर आपण स्वतःला सांगा, 'मी आझाद आहे... मी स्वतंत्र आहे... मी मुक्त आहे...' या अनुभवाचं वर्णन करण्यासाठी आपण जितक्या उत्तमोत्तम शब्दांचा वापर करू शकता, तितका तो करा. ज्या अनुभवाची प्राप्ती आपल्याला होत आहे, त्याचं वेगवेगळ्या शब्दांद्वारे वर्णन व्यक्त करा. एखादा कवी, चित्रकार अथवा संगीतकार ज्या उत्कटतेने आपल्या कलाकौशल्याचं सादरीकरण करतो, त्याचप्रमाणे आपणही आपला अनुभव शब्दरूपात प्रस्तुत करा.

१५. स्वतःला विचारत राहा– मी कोण आहे? ...माझी आकृती कशी आहे? ...माझा रंग कसा आहे? ...माझा आकार कसा आहे? ...मी यावेळी कोणत्या अलौकिक अनुभवाची प्रचिती घेत आहे? स्वतःला या प्रश्नांची उत्तरं देत राहा.

१६. जोपर्यंत आपल्यासमोर नवनवी उत्तरं प्रकट होत नाहीत, तोपर्यंत आपण ध्यानाच्या प्रारंभी मिळालेल्या समजेनुसार उत्तरं देऊ शकता. जसं- मी शरीरापलीकडे आहे... मी विचारांपल्याड आहे... मी असा अनुभव आहे, ज्यात सर्व काही सामावलेलं आहे... या अनुभवाचा ना कोणताही आदी आहे, ना अंत आहे, ना मध्य आहे, हा विस्तारित आहे... हा ब्रह्मांडाच्याही पलीकडील आहे... हा अनुभव सर्वांत सामावलेला आहे आणि कोणातही नाही... सर्वकाही या अनुभवातच सामावलेलं आहे. तरीही हा कोणातही नाही... हाच परमेश्वर होय... हाच परमात्मा होय... प्रत्येक ऋषि-मुनींना या अनुभवाची प्रचिती आली आहे... इत्यादी.

१७. आपल्या अनुभवास दृढ विश्वासाने शब्दरूप द्या, आपल्या वाणीला उत्तम प्रकारे तिचं कार्य करू द्या.

१८. अनुभवाचं वर्णन करताना स्वतःला कोणत्याही मर्यादांमध्ये गुंतवू नका. जसं- मी महिला आहे... पुरुष आहे... अधिकाराने अथवा जातीने लहान किंवा मोठा आहे... इत्यादी. अशा प्रकारे सर्व सीमांचं उल्लंघन करत, शुद्ध स्वरूपात उपस्थित राहून आपल्या आंतरिक अनुभवाचं वर्णन करा. आपण जितक्या वेगवेगळ्या शब्दांद्वारे आपल्या असण्याच्या या जाणिवेचं वर्णन करू शकाल, तितक्या वैविध्यपूर्ण शैलीत ते करा. आपल्या अंतरंगात असलेल्या सर्व सीमारेषा मिटून जातील, अशाच प्रकारचं वर्णन करण्याचा आपला प्रयत्न असायला हवा.

१९. वर्णन करत असताना आपले शब्द योग्य आहेत, की अयोग्य, याची पडताळणी न करता, केवळ आपल्याला जे जाणवत आहे, तेच व्यक्त करत राहा. आजवर आपण ज्या उत्तमोत्तम शब्दांचा वापर केलेला नाही, त्यांचाही वाक्यात उपयोग करण्याचा प्रयत्न करा. या ध्यानसाधनेद्वारे आपल्या अंतरंगातच विश्वरूप दर्शनयोगाची अनुभूती घ्या.

२०. ध्यानात पूर्णपणे डुंबून जाऊन 'आहा'चं (आपल्या असण्याच्या जाणिवेचं) गुणगान करत राहा आणि अलार्म वाजताच धन्यवादाच्या भावनेसह आपल्या ध्यानाची सांगता करा.

# एक अल्प परिचय
# सरश्री

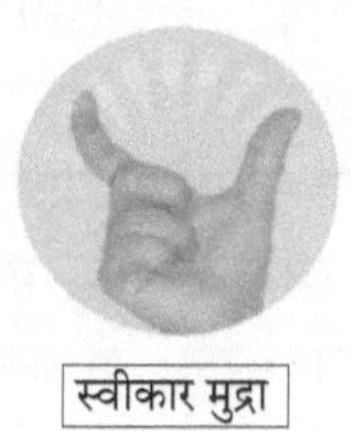
स्वीकार मुद्रा

सरश्रींचा आध्यात्मिक शोधाचा प्रवास त्यांच्या बालपणापासूनच सुरू झाला होता. हा शोध सुरू असतानाच त्यांनी अनेक प्रकारच्या पुस्तकांचं अध्ययन केलं. त्याचबरोबर या शोधकाळात त्यांनी अनेक ध्यानपद्धतींचा अभ्यासही केला. त्यांच्यातील या जिज्ञासेने त्यांना अनेक वैचारिक आणि शैक्षणिक संस्थांमध्ये जाण्यासाठी प्रेरित केलं. जीवनाचं रहस्य समजण्यासाठी त्यांनी **प्रदीर्घ काळ मनन करून आपलं शोधकार्य सातत्याने सुरू ठेवलं. या शोधातूनच त्यांना 'आत्मबोध' प्राप्त झाला.** आत्मसाक्षात्कारानंतर त्यांना जाणवलं, की **अध्यात्माचा प्रत्येक मार्ग ज्या शृंखलेने जोडलेला आहे, तो म्हणजे 'समज' (Understanding).** आत्मबोधप्राप्तीनंतर त्यांनी अध्यापनाचं कार्य थांबवलं आणि जवळ जवळ दोन दशकांहूनही अधिक काळ आपलं समस्त जीवन मानवजातीच्या कल्याणासाठी आणि आध्यात्मिक विकासासाठी अर्पण केलं.

सरश्री म्हणतात, ''सत्यप्राप्तीच्या सर्व मार्गांचा प्रारंभ जरी वेगवेगळ्या मार्गांनी होत असला, तरी सर्वांचा अंत मात्र एकच समज प्राप्त केल्याने होतो. ही **'समज'च सर्व काही असून ती स्वत:मध्ये परिपूर्ण आहे.** आध्यात्मिक ज्ञानप्राप्तीसाठी या 'समजे'चं श्रवणच पुरेसं आहे.'' ही समज प्रकाशमान करण्यासाठी आजपर्यंत त्यांनी **आध्यात्मिक विषयांवर तीन हजारांहून अधिक प्रवचनं दिली आहेत.** या प्रवचनांद्वारे ते अध्यात्मातील अतिशय गहन संकल्पना सहज, सुलभ आणि व्यावहारिक भाषेत समजावून सांगतात. समाजातील प्रत्येक स्तरावरील मनुष्य सरश्रींद्वारे सांगितल्या जाणाऱ्या या समजेचा लाभ घेऊ शकतो.

ही समज प्रत्येकाला आपल्या अनुभवातून प्राप्त व्हावी, यासाठी सरश्रींनी

**'महाआसमानी परमज्ञान शिबिर'** आणि त्यासाठी आवश्यक असणारी कार्यप्रणाली (सिस्टिम) तयार केली. **तिचा लाभ आज लाखो लोक घेत आहेत.** या प्रणालीला आय.एस.ओ. (ISO 9001:2015) प्रमाणपत्रही लाभलंय. या प्रणालीमुळेच अनेकांना सत्यमार्गावर वाटचाल करण्याची प्रेरणा मिळाली आहे. या समजेचा प्रचार आणि प्रसार करण्यासाठी त्यांनी 'तेजज्ञान फाउंडेशन' या आध्यात्मिक संस्थेचा पाया रचला. **'हॅपी थॉट्सद्वारे उच्चतम विकसित समाजाची निर्मिती करणे,'** हेच या संस्थेचं मुख्य उद्दिष्ट आहे.

विश्वातील प्रत्येक मनुष्य आज सरश्रींच्या मार्गदर्शनाचा लाभ घेऊ शकतो. त्यासाठी कोणत्याही धर्म, जात, उपजात, वर्ण, पंथ वा लिंग यांचं बंधन नसतं. विश्वाच्या प्रत्येक कानाकोपऱ्यांतील लोक आज 'तेजज्ञान'च्या अनोख्या ज्ञानप्रणालीचा (System for Wisdom) लाभ घेत आहेत. याच व्यवस्थेचा आणखी एक महत्त्वपूर्ण भाग म्हणजे, **दररोज सकाळी आणि रात्री ९ वाजून ९ मिनिटांनी लाखो लोक विश्वशांतीसाठी प्रार्थना करत आहेत.**

**बेस्ट सेलर पुस्तक 'विचार नियम' शृंखलेचे रचनाकार** म्हणूनही सरश्रींना ओळखलं जातं. **केवळ पाच वर्षांच्या कालावधीत या पुस्तकाच्या १ कोटीपेक्षा अधिक प्रती वितरित** झाल्या आहेत. याशिवाय आजवर त्यांनी विविध विषयांवर **१०० हून अधिक पुस्तकं लिहिली** आहेत. त्यांपैकी 'विचार नियम', 'स्वसंवाद एक जादू', 'शोध स्वतःचा', 'स्वीकाराची जादू', 'निःशब्द संवाद एक जादू', 'संपूर्ण ध्यान' इत्यादी पुस्तकं बेस्ट सेलर झाली आहेत. ही पुस्तकं दहापेक्षा अधिक भाषांमध्ये अनुवादित असून, पेंगुइन बुक्स, हे हाउस पब्लिशर्स, जैको बुक्स, मंजुळ पब्लिशिंग हाउस, प्रभात प्रकाशन, राजपाल ॲण्ड सन्स, पेंटागॉन प्रेस आणि सकाळ प्रकाशन इत्यादी प्रमुख प्रकाशन संस्थांद्वारे ती प्रकाशित झाली आहेत.

# तेजज्ञान फाउंडेशन परिचय

तेजज्ञान फाउंडेशन आत्मविकासातून आत्मसाक्षात्कार प्राप्त करण्याचा एक मार्ग आहे. यासाठी सरश्रींद्वारा एक अनोखी बोधप्रणाली (System for Wisdom) निर्माण झाली आहे. या प्रणालीला आंतरराष्ट्रीय प्रमाणपत्राद्वारे ISO 9001:2015च्या आवश्यकतेनुसार आणि निकष पडताळून सरळ, व्यावहारिक आणि प्रभावी बनवलं गेलं आहे.

या संस्थेच्या प्रबोधनपद्धतीच्या भिन्न पैलूंना (शिक्षण, निरीक्षण आणि गुणवत्ता) स्वतंत्र गुणवत्ता परीक्षकांद्वारे (Quality Auditors) क्रमबद्ध पद्धतीने पडताळलं गेलं. त्यानंतर या पैलूंना ISO 9001:2015 साठी पात्र समजून या बोधपद्धतीला हे प्रमाणपत्र प्रदान करण्यात आलं.

या फाउंडेशनचे लक्ष्य आहे नकारात्मक विचारांकडून सकारात्मक विचारांकडे वाटचाल. सकारात्मक विचारांकडून शुभ विचारांकडे म्हणजे हॅपी थॉट्सकडे प्रगती. शुभ विचारांकडून निर्विचार अवस्थेकडे मार्गक्रमण आणि निर्विचार अवस्थेच्या अंती आत्मसाक्षात्कार प्राप्ती. 'मी सर्व विचारांपासून मुक्त व्हावे' हा विचार म्हणजे शुभ विचार (हॅपी थॉट्स). 'मी प्रत्येक इच्छेपासून मुक्त व्हावे', अशी इच्छा म्हणजे शुभ इच्छा.

तेजज्ञान म्हणजे ज्ञान व अज्ञान या दोहोंच्या पलीकडचे ज्ञान. पुष्कळ लोक सामान्य ज्ञानाच्या (General Knowledge) माहितीलाच ज्ञान मानतात. परंतु अस्सल ज्ञान आणि नुसती माहिती यांत फार मोठे अंतर आहे. आजमितीला लोक सामान्य ज्ञानाच्या उत्तरांनाच जास्त महत्त्व देतात. अशा ज्ञानाचे विषय म्हणजे कर्म आणि भाग्य, योग आणि प्राणायाम, स्वर्ग आणि नरक इत्यादी. आजच्या युगात सामान्यज्ञान प्राप्त करणारे लोक, शिक्षक मोठ्या प्रमाणावर आहेत; परंतु हे ज्ञान ऐकून जीवनात परिवर्तन घडून येत नाही. असे ज्ञान म्हणजे केवळ बुद्धिविलास आहे किंवा अध्यात्माच्या नावावर चाललेला बुद्धीचा व्यायाम आहे.

सर्व समस्यांवरील उपाय आहे तेजज्ञान. क्रोध, चिंता आणि भय यांपासून मुक्त जीवन म्हणजे तेजज्ञान. शारीरिक, मानसिक, सामाजिक, आर्थिक आणि आध्यात्मिक प्रगतीचा, सर्वांगीण प्रगतीचा मार्ग आहे तेजज्ञान. तेजज्ञान आपल्या अंतरंगात आहे. येथे या आणि या गोष्टीचा अनुभव घ्या.

आपल्याला असे ज्ञान हवे आहे, की जे सामान्य ज्ञानापलीकडे आहे, जे प्रत्येक समस्येवरील उत्तर आहे, जे प्रत्येक समजुतीपासून, गृहीत धारणांपासून आपल्याला मुक्त करते, ईश्वरी साक्षात्कार घडविते, अंतिम सत्यात स्थापित करते. आता वेळ आली आहे शाब्दिक, सामान्यज्ञानातून बाहेर येऊन तेजज्ञानाचा अनुभव घेण्याची!

आजवर जप-तप, तंत्र-मंत्र, कर्म-भाग्य, ध्यान-ज्ञान, योग-भक्ती असे अनेक मार्ग अध्यात्मात सांगितले आहेत. या सर्व मार्गांनी प्राप्त होणारी अंतिम समज, अंतिम ज्ञान, बोध एकच आहे. अंतिम सत्याच्या शोधकाला, साधकाला शेवटी जी एकच 'समज' प्राप्त होते, ती 'समज' श्रवणानेसुद्धा प्राप्त होऊ शकते. अशा समजप्राप्तीसाठी श्रवण करणे यालाच तेजज्ञान प्राप्त करणे म्हटले गेले आहे. तेजज्ञानाच्या श्रवणाने सत्याचा साक्षात्कार घडतो, ईश्वरीय अनुभव मिळतो. हेच तेजज्ञान सरश्री महाआसमानी परमज्ञान शिबिरात प्रदान करतात.

## महाआसमानी परमज्ञान
## शिबिर परिचय आणि लाभ (निवासी)

तुम्हाला सर्वोच्च आनंद हवाय? असा आनंद, जो कोणत्याही बाह्य कारणावर अवलंबून नाही... जो प्रत्येक क्षणी वृद्धिंगत होतो. या जीवनात तुम्हाला प्रेम, विश्वास, शांती, समृद्धी आणि परमसंतुष्टी हवी आहे का? शारीरिक, मानसिक, सामाजिक, आर्थिक आणि आध्यात्मिक अशा आयुष्याच्या सर्व स्तरांवर यशस्वी होण्याची तुमची इच्छा आहे का? 'मी कोण आहे' हे तुम्हाला अनुभवाने जाणावंसं वाटतं का?

तुमच्या अंतर्यामी अशा सर्व प्रश्नांची उत्तरं जाणण्याची इच्छा आणि 'अंतिम सत्य' प्राप्त करण्याची तृष्णा असेल, तर तेजज्ञान फाउंडेशनतर्फे आयोजित 'महाआसमानी शिबिरा'त तुमचं स्वागत आहे. हे शिबिर सरश्रींच्या मार्गदर्शनावर आधारित आहे. सरश्री, आजच्या युगातील आध्यात्मिक गुरू असून, ते आजच्या लोकभाषेत अत्यंत सहजपणे आध्यात्मिक समज प्रदान करतात.

**महाआसमानी परमज्ञान शिबिराचा उद्देश :** विश्वातील प्रत्येक मनुष्यानं 'मी कोण आहे', या प्रश्नाचं उत्तर जाणून तो सर्वोच्च आनंदाच्या अवस्थेत स्थापित व्हावा, हाच या शिबिराचा मुख्य उद्देश आहे. प्रत्येकाला असं ज्ञान प्राप्त व्हावं, जेणेकरून त्यानं प्रत्येक क्षणी वर्तमानात जगण्याची कला आत्मसात करावी. तो भूतकाळाचं ओझं आणि भविष्याची चिंता यांतून मुक्त व्हावा. प्रत्येकाच्या आयुष्यात कधीही न संपणारा आनंद आणि योग्य समज यावी. शिवाय, प्रत्येकानं समस्या विलीन करण्याची कला आत्मसात करावी. थोडक्यात, मनुष्यजन्माचा उद्देश सफल व्हावा, हाच या शिबिराचा उद्देश आहे.

'मी कोण आहे? मी येथे का आहे? मोक्ष म्हणजे काय? या जन्मातच मोक्षप्राप्ती शक्य

आहे का?' असे प्रश्न जर तुमच्या मनात असतील, तर त्यांवरील उत्तर आहे- 'महाआसमानी परमज्ञान शिबिर'.

**महाआसमानी परमज्ञान शिबिराचे मुख्य लाभ :** वास्तविक या शिबिराचे लाभ तर असंख्य आहेत; पण त्यांपैकी मुख्य लाभ पुढीलप्रमाणे- * जीवनात शक्तिशाली ध्येय निश्चित होतं* 'मी कोण आहे' हे अनुभवाने जाणता येतं (सेल्फ रियलायजेशन) * मनाचे सर्व विकार विलीन होतात. * भय, चिंता, क्रोध, बोरडम, मोह, तणाव या नकारात्मक बाबींतून मुक्ती * प्रेम, आनंद, मौन, समृद्धी, संतुष्टी, विश्वास अशा दिव्य गुणांशी युक्ती *साधं, सरळ पण शक्तिशाली जीवन जगता येतं * प्रत्येक समस्येचं निराकरण करण्याची कला प्राप्त होते * 'प्रत्येक क्षणी वर्तमानात जगणं' हा तुमचा स्वभाव बनतो *आपल्यातील सर्व सकारात्मक शक्यता खुलतात * याच जीवनात मोक्षप्राप्ती होते

**महाआसमानी परमज्ञान शिबिरात सहभागी कसं व्हाल?** या शिबिरात सहभागी होण्यासाठी तुम्हाला खालील बाबींची पूर्तता करायची आहे- १) तुमचं वय कमीत कमी अठरा किंवा त्यापेक्षा अधिक असायला हवं. २) सर्वप्रथम तुम्हाला 'सत्य-स्थापना' (फाउंडेशन ट्रुथ रिट्रीट) शिबिरात सहभागी व्हावं लागेल. या शिबिरात, तुम्ही प्रामुख्यानं दोन बाबी शिकाल- प्रत्येक क्षणी वर्तमानात जगण्याची कला कशी आत्मसात करावी आणि निर्विचार अवस्था कशी प्राप्त करावी. ३)प्राथमिक स्तरावर तुम्हाला काही प्रवचनं ऐकायची असून, त्यांतून तुम्ही मूलभूत समज आत्मसात कराल आणि महाआसमानी परमज्ञान शिबिरात प्रवेश करण्यासाठी तयार व्हाल.

हे शिबिर साधारणपणे एक-दोन महिन्यांच्या अंतराने आयोजित करण्यात येतं. यात हजारो सत्यशोधक सहभागी होतात. या शिबिराची तयारी दोन पद्धतींनी करू शकता. पहिली पद्धत- मनन आश्रम, पुणे येथे ५ दिवसीय शिबिरात भाग घेऊ शकता. दुसरी पद्धत- तेजज्ञान फाउंडेशनच्या जवळच्या सेंटरवर जाऊन सत्यश्रवणाद्वारेही करू शकता. महाराष्ट्रात अहमदनगर, सातारा, औरंगाबाद, नाशिक, नागपूर, वर्धा, अमरावती, चंद्रपूर, यवतमाळ, कोल्हापूर, सांगली, रत्नागिरी, लातूर, बीड, नांदेड, परभणी, पनवेल, मुंबई, ठाणे, सोलापूर, पंढरपूर, जळगाव, अकोला, बुलढाणा, धुळे, भुसावळ आणि महाराष्ट्राबाहेर सुरत, अहमदाबाद, बडोदा, नवी दिल्ली, बेंगलुरू, बेळगाव, धारवाड, रायपूर, भुवनेश्वर, कोलकाता, रांची, लखनौ, कानपूर, चंदीगढ, जयपूर, चेन्नई, पणजी, म्हापसा, भोपाळ, इंदोर, इटारसी, हर्दा, विदिशा, बुऱ्हाणपूर या ठिकाणी महाआसमानी शिबिराची पूर्वतयारी करू शकता.

तेजज्ञान फाउंडेशनमध्ये उपलब्ध असणाऱ्या सरश्रीलिखित पुस्तकांचं वाचन करून तुम्ही या शिबिराची पूर्वतयारी करू शकता. याशिवाय, तुम्ही रेडिओ किंवा यू ट्युबवरील सरश्रींच्या प्रवचनांचा लाभही घेऊ शकता. पण लक्षात घ्या, पुस्तकांतील ज्ञान, रेडिओ

आणि यू ट्युबवरील प्रवचनं म्हणजे ‘तेजज्ञानाची तोंडओळख’ आहे; ‘संपूर्ण तेजज्ञान’ मुळीच नाही. तुम्ही महाआसमानी शिबिरात सहभागी होऊनच तेजज्ञानाचा आनंद घेऊ शकता. तेव्हा आगामी महाआसमानी शिबिरात सहभागी होण्यासाठी आजच संपर्क करा- 09921008060/75, 9011013208

**महाआसमानी परमज्ञान शिबिरस्थान :** हे शिबिर पुण्यातील मनन आश्रम येथे आयोजित केलं जातं. येथे तुमच्या निवासाची आणि भोजनाची व्यवस्था केली जाते. तुम्हाला काही शारीरिक व्याधी असतील आणि त्यासाठी जर तुम्ही नियमितपणे औषधं घेत असाल, तर शिबिरात येताना ती सोबत बाळगावीत. शिवाय, वातावरणानुसार गरम कपडे, स्वेटर, ब्लँकेटही आणावं.

पुणे शहरापासून १७ किलोमीटर अंतरावर अत्यंत निसर्गरम्य परिसरात मनन आश्रम वसलेला आहे. आश्रमात महिला आणि पुरुष यांच्या निवासाची स्वतंत्र व्यवस्था असून येथे जवळपास ८०० लोकांच्या राहण्याची व्यवस्था आहे. आपण हवाईमार्ग, हायवे किंवा रेल्वे अशा कोणत्याही मार्गाने पुण्यात येऊ शकता.

**मनन आश्रम :** मनन आश्रम, पुणे, सर्व्हे नं. ४३, सणस नगर, नांदोशी गाव, किरकटवाडी फाटा, तालुका- हवेली, जिल्हा- पुणे- ४११०२४. फोन- 09921008060

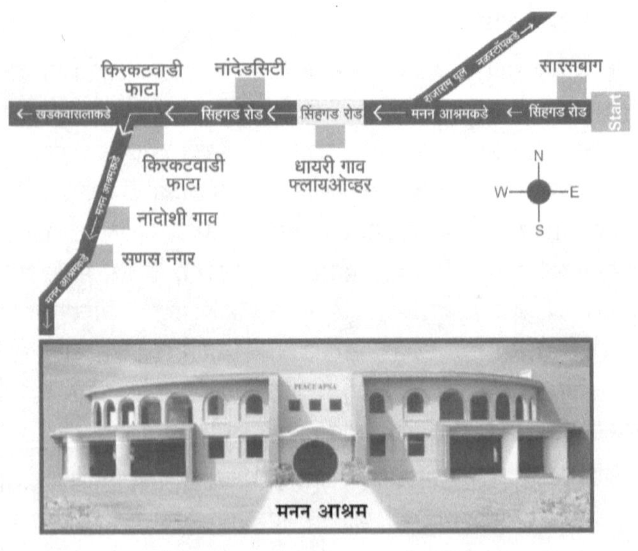

## * तेजज्ञान इंटरनेट रेडिओ *

तेजज्ञान इंटरनेट रेडिओद्वारे २४ तास ३६५ दिवस, सरश्रींच्या प्रवचन आणि भजनांचा लाभ घ्या. त्यासाठी पाहा लिंक-
http://www.tejgyan.org/internetradio.aspx

विविध भारती F.M. वर दर रविवारी
सकाळी १०:०५ ते १०:१५ वा.

***नोट :*** *या कार्यक्रमांच्या वेळेत बदल झाल्यास नोंद ठेवावी.*

www.youtube.com/tejgyan च्या साहाय्यानेदेखील
सरश्रींच्या प्रवचनांचा लाभ घेऊ शकता.
For online shoping visit us - www.tejgyan.org,
www.gethappythoughts.org

## तेजज्ञान फाउंडेशनच्या मुख्य शाखा

**पुणे : (रजिस्टर्ड ऑफिस)**

विक्रांत कॉम्प्लेक्स, तपोवन मंदिराजवळ, पिंपरी,
पुणे : ४११ ०१७. फोन : (०२०) २७४१२५७६, २७४११२४०

**मनन आश्रम :**

सर्व्हे नं. ४३, सणस नगर, नांदोशी गांव, किरकटवाडी फाटा,
तालुका : हवेली, जि. पुणे: ४११ ०२४.
फोन : ०९९२१००८०६०

**e-books**

The Source • Complete Meditation • Ultimate Purpose of Success • Enlightenment I Inner Magic • Celebrating Relationships • Essence of Devotion • Master of Siddhartha • Self Encounter and many more.
Also available in Hindi at gethappythoughts.org

**Free apps**

U R Meditation & Tejgyan Internet Radio on all platforms like Android, iPhone, iPad and Amazon

**e-magazines**

'Yogya Aarogya' & 'Drushtilakshya'

emagazines available on www.magzter.com

**e-mail**

mail@tejgyan.com

**Website**

**www.tejgyan.org, www.gethappythoughts.org**

www.ingramcontent.com/pod-product-compliance
Lightning Source LLC
LaVergne TN
LVHW101943220826
846093LV00006B/98

* 9 7 8 9 3 8 7 6 9 6 7 5 4 *